Tôi thấy lửa từ trên trời rơi xuống

Từ thánh chiến đến Chúa Giê-su - Lòng trung thành trong hoàn cảnh khó khăn

Những bức thư sống động – Chuỗi bài suy niệm 40 ngày | Tập 3

Qua

Tiên tri Isa El- Buba ; Zacharias Godseagle ;
Am . MO Ogbe ;
C . Ladi Ogbe ;

Table of Contents

BẢN QUYỀN © TRANG

Tôi thấy lửa từ trên trời rơi xuống
Từ thánh chiến đến Chúa Giê-su - Lòng trung thành trong hoàn cảnh khó khăn
Những bức thư sống động – Chuỗi bài suy niệm 40 ngày | Tập 3

TÁC GIẢ
Tiên tri Isa El- Buba
Zacharias Godseagle
Thứ Hai O. Ogbe
Comfort Ladi Ogbe

NHÀ XUẤT BẢN
Zacharias Godseagle và Godseagle Ministries.
Xuất bản bởi: **Zacharias Godseagle**
Liên hệ - https://www.otakada.org
ambassador@otakada.org
Điện thoại/SMS +13024922440;

Whatsapp +2348032835348

TUYÊN BỐ MIỄN TRÁCH NHIỆM

Cuốn sách này trình bày những lời chứng được ghi chép lại, hành trình truyền giáo và những trải nghiệm tâm linh của Tiên tri Isa El- Buba được chia sẻ công khai trong các cuộc phỏng vấn, bài giảng và hồ sơ truyền giáo. Mặc dù cuộc đời ông chứa đựng những cuộc gặp gỡ đầy kịch tính, những câu chuyện về sự bức hại và những tuyên bố siêu nhiên, nhưng tác phẩm này không tôn vinh một người đàn ông hay đề cao bất kỳ nhân vật nào như là chuẩn mực của chân lý.

Kinh Thánh là nguồn thẩm quyền tối cao duy nhất cho đức tin và hành vi.

Bất cứ khi nào cuộc sống, hoạt động mục vụ hoặc quyết định cá nhân nào không phù hợp với Kinh Thánh, những sai lệch đó đều không được tán thành hoặc biện minh trong ấn phẩm này. Mục đích của chúng tôi không phải là khuếch đại sai lầm, bảo vệ cá nhân hoặc cổ vũ sự sùng bái anh hùng. Tác phẩm này hướng độc giả đến với Chúa Kitô — chứ không phải đến một người đàn ông.

Trọng tâm của cuốn sách này là sự biến đổi thông qua lòng trung thành với Chúa Giê-su Christ, sự thánh khiết có kỷ luật, sự vâng phục Kinh Thánh và sự kiên trì trung tín. Cuộc đời của bất kỳ tôi tớ nào của Chúa chỉ được trình bày trong chừng mực nó minh họa cho sự quy phục, sự kiên trì, sự ăn năn, kỷ luật tâm linh và lòng trung thành với giao ước.

Độc giả được khuyến khích:

• Kiểm chứng mọi điều bằng Kinh Thánh

• Giữ vững điều thiện • Bác bỏ điều trái ngược với Lời Chúa • Theo Chúa Kitô trên hết thảy mọi cá nhân

Mục đích của *"Tôi Thấy Lửa Từ Trời"* không phải là sự ngưỡng mộ, mà là sự hình thành.
Không phải sự phấn khích, mà là sự tận hiến.
Không phải là nâng cao nhân cách, mà là sự biến đổi hướng về Chúa Kitô.
Thiên đường vui mừng vì người nào ăn năn hối cải và sống trung tín.
Mong rằng người đó chính là bạn.

THÔNG BÁO KINH THÁNH

Trừ khi có chỉ dẫn khác, các trích dẫn Kinh Thánh được lấy từ các bản dịch tiếng Anh thông dụng. Một số chỗ được nhấn mạnh để làm rõ nghĩa và tập trung vào nội dung suy niệm.

THÔNG TIN IN ẤN

In tại Hoa Kỳ, ấn
bản đầu tiên.

GIỚI THIỆU VỀ CUỐN SÁCH – Tôi Thấy Lửa Từ Trời

Từ thánh chiến đến Chúa Giê-su - Lòng trung thành trong hoàn cảnh khó khăn

Những bức thư sống động – Chuỗi bài suy niệm 40 ngày | Tập 3

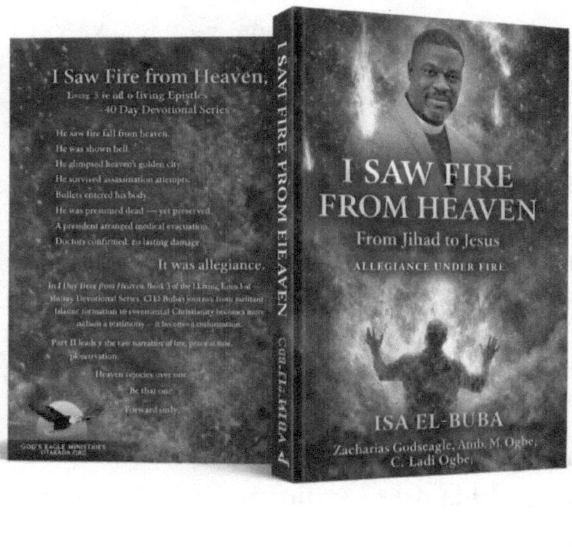

Điều gì sẽ xảy ra khi lửa từ trời giáng xuống — và chỉ có một người ăn năn hối lỗi?

Đây là cuốn sách thứ 3 trong bộ sách " *Những Thư Tín Sống Động – Chuỗi Bài Giảng 40 Ngày*" , một tuyển tập mang tính biến đổi được thiết kế không phải để khơi gợi cảm xúc, mà để hình thành những tín đồ có kỷ luật và trung thành với giao ước.

Sinh ra trong một gia đình Hồi giáo nghiêm khắc và được đào tạo dưới sự hướng dẫn của các bậc thầy tôn giáo đáng kính, Cuộc đời của **Tiên tri Isa El- Buba** được định hình bởi kỷ luật, niềm tin và lòng trung thành được thừa hưởng. Người thầy của ông đã dạy ông rất nhiều điều, bao gồm cả các thực hành tâm linh và lòng sùng kính mãnh liệt.
Rồi mọi thứ đột ngột bị gián đoạn.
Ông chứng kiến ngọn lửa từ trên trời giáng xuống người thầy của mình.
Ông được cho thấy địa ngục. Ông nhìn thấy thiên đường — một thành phố vàng rực rỡ vĩnh cửu. Ông sống sót sau các vụ ám sát. Đạn găm vào người ông. Kim loại va vào sọ ông. Người ta cho rằng ông đã chết — nhưng thi thể ông vẫn được bảo quản. Một vị tổng thống đã sắp xếp việc sơ tán y tế. Các bác sĩ xác nhận: không có tổn thương lâu dài.
Nhưng trận chiến lớn nhất không phải là trận chiến thể xác. Đó là lòng trung thành.
Sự vỡ mộng trước thói đạo đức giả suýt chút nữa đã kéo anh ta trở lại — cho đến khi một cuộc gặp gỡ mang tính quyết định đã thay đổi tất cả:
"Chúng ta đã đi quá xa rồi. Quay lại cũng không thể được nữa."

Đây không chỉ là một lời chứng.
Đó là một hành trình hình thành.
Được cấu trúc như một lộ trình rèn luyện chiến lược 40 ngày, cuốn sách này hướng dẫn người đọc qua các bước sau:

- Xác định lòng trung thành tuyệt đối
- Tái thiết cấu trúc tâm linh
- Đối mặt với sự đạo đức giả
- Chịu đựng sự bức hại

- Giữ gìn sự thánh thiện
- Sống có chiến lược trong môi trường phân chia
- Giao ước niêm phong
- Chấp nhận sứ mệnh thiêng liêng

Phần I kể lại câu chuyện về hỏa hoạn, sự đàn áp, sự bảo tồn và nhiệm vụ.
Phần II sẽ hướng dẫn bạn qua một quy trình chuyển đổi có kỷ luật kéo dài 40 ngày để bạn không chỉ đọc câu chuyện mà còn sống trọn vẹn sự thay đổi đó.

Cuốn sách này không chế giễu đạo Hồi.
Nó không ca ngợi bạo lực. Nó không cường điệu hóa trải nghiệm.
Nó kêu gọi các tín đồ hướng đến một đời sống Cơ Đốc giáo nghiêm túc và có cấu trúc.
Trời không đong đếm số lượng.
Thiên đường hân hoan trước một điều.
Hãy trở thành người đó.
Chỉ tiến về phía trước.

Cuốn sách này dành cho ai?

Cuốn sách này được viết cho:

Những tín đồ Cơ đốc giáo khao khát sự rèn luyện sâu sắc hơn, đức tin chân chính và một cuộc sống phản ánh Kinh Thánh vượt lên trên sự thể hiện bên ngoài.
độc giả có nền tảng Hồi giáo, mong muốn tìm hiểu một cách chân thực về những trải nghiệm tâm linh, niềm tin và lòng trung thành.
Khán giả thuộc nhiều tín ngưỡng khác nhau quan tâm đến những câu chuyện có thật về niềm tin, sự chuyển đổi và quá trình chuyển đổi tôn giáo.

Những người tìm kiếm sự phát triển tâm linh , mong muốn có sự trưởng thành có cấu trúc, kỷ luật hàng ngày và sự vâng lời thiết thực.
Những người đang tìm kiếm ý nghĩa cuộc sống — những người cảm thấy gánh nặng của niềm tin được thừa hưởng, xung đột nội tâm, hoặc những câu hỏi tâm linh chưa được giải đáp.

Nếu bạn từng phải vật lộn với lòng trung thành, bản sắc, niềm tin hay mục đích sống, cuốn sách này sẽ nói thẳng vào vấn đề của bạn.
Đây không chỉ đơn thuần là một câu chuyện về sự cải đạo.
Đó là một cuộc hành trình của lòng trung thành.
Và nó đặt ra một câu hỏi:
Bạn thuộc về ai?

Những bức thư sống động – Chuỗi bài suy niệm 40 ngày
Loạt *bài viết "Những bức thư sống động"* không chỉ được viết ra để truyền cảm hứng.
Nó được viết ra nhằm mục đích giáo dục.
Trong mỗi thế hệ, đều có những tín đồ yêu mến Chúa một cách chân thành — nhưng lại thiếu kỷ luật. Niềm đam mê mà thiếu kỷ luật sẽ phai nhạt. Kinh nghiệm mà thiếu sự kiên trì sẽ sụp đổ. Lòng trung thành mà không có giao ước sẽ trôi dạt.
Loạt bài viết này được thiết kế để khắc phục điểm yếu đó.
Mỗi cuốn sách trong bộ sưu tập Thư tín sống động đều có cấu trúc gồm hai phần:

Phần I – Một câu chuyện có thật về lòng trung thành được thử thách
Một câu chuyện có thật về việc đức tin bị thử thách, đối mặt, thanh lọc và chứng minh dưới áp lực.

Phần II – Hành trình hình thành chiến lược 40 ngày
Một lộ trình có hướng dẫn gồm sự tận tâm, suy ngẫm, sám hối, cầu nguyện, kỷ luật và hành động có cấu trúc — được thiết kế để tạo ra sự biến đổi, chứ không phải sự ngưỡng mộ.
Đây không phải là Cơ Đốc giáo hời hợt.
Đây là lòng trung thành có cấu trúc.

Mỗi tập sách đề cập đến một khía cạnh khác nhau của sự hình thành tâm linh:

- Danh tính ổn định
- Sức chịu đựng dưới hỏa lực
- Sự thánh thiện như một sự bảo vệ
- Ảnh hưởng chiến lược
- Cam kết giao ước
- Ủy ban và di sản

Mục tiêu rất đơn giản:

Nhằm tạo ra những tín đồ không chỉ đơn thuần là người nghe, mà còn là những bức thư sống động.

Shalom!

Zacharias Godseagle ; Amb MO Ogbe ; C. Ladi Ogbe
Bộ Mục vụ Đại Bàng của Chúa
https://www.otakada.org
ambassador@otakada.org

TÓM TẮT BÌA SAU SÁCH BÌA MỀM

Ông thấy lửa từ trời giáng xuống...

Sinh ra trong một gia đình Hồi giáo nghiêm khắc và được đào tạo dưới sự hướng dẫn của các bậc thầy tôn giáo đáng kính, cuộc đời của **Tiên tri Isa El- Buba** được định hình bởi kỷ luật, niềm tin và lòng trung thành được thừa hưởng. Người thầy của ông đã dạy ông rất nhiều điều, bao gồm cả các thực hành tâm linh và lòng sùng kính mãnh liệt.
Rồi mọi thứ đột ngột bị gián đoạn.
Ông ta đã chứng kiến ngọn lửa từ trên trời giáng xuống người thầy của mình.
Ông đã chứng kiến địa ngục trần gian.
Ông thoáng thấy thành phố vàng của thiên đường. Ông sống sót sau các vụ ám sát. Đạn găm vào người ông. Người ta cho rằng ông đã chết — nhưng thi thể ông vẫn được bảo quản. Một vị tổng thống đã sắp xếp việc sơ tán y tế. Các bác sĩ xác nhận: không có tổn thương lâu dài.
Nhưng trận chiến lớn nhất không phải là trận chiến thể xác. Đó là lòng trung thành.
Trong cuốn *"Tôi Thấy Lửa Từ Trời"* , tập 3 của bộ sách " **Những Thư Tín Sống Động - Chuỗi Bài Giảng 40 Ngày"** , hành trình của Isa El- Buba từ sự hình thành Hồi giáo cực đoan đến Cơ Đốc giáo giao ước không chỉ là một lời chứng mà còn trở thành một cuộc đối đầu.
Phần I thuật lại câu chuyện chân thực về hỏa hoạn, sự đàn áp và sự sinh tồn.

Phần II sẽ dẫn dắt bạn qua hành trình rèn luyện có cấu trúc kéo dài 40 ngày, được thiết kế để tạo nên đức tin kỷ luật, thánh thiện và bền vững.
Thiên đường hân hoan trước một điều.
Hãy trở thành người đó.
Chỉ tiến về phía trước.

SỰ CỐNG HIẾN

Gửi độc giả Cơ đốc giáo
Dành cho độc giả có nguồn gốc Hồi giáo
Dành cho khán giả liên tôn giáo
Dành cho những độc giả yêu thích sự hình thành tâm linh
Dành cho những ai đang lạc lối trong hành trình tìm kiếm ý nghĩa
Dành cho những ai chọn lòng trung thành bất chấp cái giá phải trả.
Dành tặng những người mẹ thầm lặng cầu nguyện trong lúc chịu áp lực.
Dành tặng những người có đức tin kiên trì mà không cần tiếng vỗ tay.
Dành cho người đứng một mình khi trời đất lay động.
Mong rằng giao ước của các ngươi sẽ mãi không bị phá vỡ.

LỜI CẢM ƠN

Tác phẩm này dựa trên những lời chứng thực sống động, các cuộc phỏng vấn được ghi chép lại, các bài giảng công khai và sự suy tư thần học bài bản. Nó được rút ra từ những lời kể trực tiếp của Tiên tri Isa El- Buba , đặc biệt là cuộc phỏng vấn được ghi âm và phát hành bởi **PrayerStormTV** , có sẵn tại:

https://youtu.be/2oo8tvizyZA

Prayer Storm là một phong trào thờ phượng, cầu nguyện và kiêng ăn nhằm khơi dậy sự thức tỉnh tâm linh bằng cách xây dựng một đội ngũ chiến binh cầu nguyện. Thông qua các buổi nhóm họp tập trung vào những cuộc gặp gỡ thiêng liêng, Prayer Storm trang bị cho các tín đồ để phát triển lòng sốt sắng, kỷ luật và khả năng cầu thay chiến lược.

Trang web: http://www.prayerstorm.org
Twitter: @PrayerStormUK Instagram: @PrayerStorm
Facebook: http://www.facebook.com/prayerstorm

Chúng tôi xin cảm ơn PrayerStormTV vì đã lưu giữ và phát sóng lời chứng này dưới hình thức tiếp cận hàng ngàn người trên toàn thế giới, và vì đã cung cấp một nguồn tư liệu tham khảo cho nhiều yếu tố tường thuật trong cuốn sách này.

Tôi cũng xin bày tỏ lòng biết ơn sâu sắc đến các nguồn trực tuyến và các tổ chức tôn giáo khác, nơi đã ghi âm, sắp xếp lại và chia sẻ công khai một phần lời chứng để gây dựng đức tin.
Chúng tôi nhận thấy:

• Các thành viên gia đình mà cuộc sống phản ánh cả sự căng thẳng và ân điển vượt qua những ranh giới tôn giáo chia rẽ.
• Một người mẹ mà đời sống cầu nguyện đã thay đổi bầu không khí trước khi cuộc đối đầu bắt đầu.
• Một người anh trai mà cuộc gặp gỡ dưới sự đe dọa đã thay đổi hướng đi tâm linh của gia đình.
• Một người cha mà cuộc đấu tranh nội tâm đại diện cho cuộc chiến thầm lặng của niềm tin trong truyền thống. • Những nhà lãnh đạo và người bạn đồng hành trung thành đã đứng vững qua sự bức hại và được bảo vệ. • Cộng đồng Evangelical Biblical Outreach Ministries International (EBOMI), với lời kêu gọi đào tạo những người canh giữ tiếp tục ảnh hưởng đến các thành phố và quốc gia. – https://www.ebomi.org

Tác phẩm này không nhằm tôn vinh một cá nhân nào mà nhằm ghi lại một hành trình trung thành. Mỗi lời chứng được trình bày ở đây đều nhằm mục đích hướng độc giả đến với Chúa Kitô — chứ không phải đến với con người.

Cuối cùng, lòng biết ơn được bày tỏ đến những độc giả sẵn sàng vượt qua sự ngưỡng mộ để hướng đến sự hình thành nhân cách; vượt qua sự tò mò để hướng đến sự tận hiến; vượt qua nguồn cảm hứng để hướng đến sự tuân phục có kỷ luật.
Thiên đường hân hoan chào đón người đáp lại lời cầu nguyện.
Mong rằng người đó chính là bạn.

LỜI CẢM ƠN CỦA NHÀ XUẤT BẢN

Tập sách này được xuất bản như một phần của **chuỗi sách "Những Thư Tín Sống Động – 40 Ngày Suy Niệm"** , một sáng kiến đào tạo môn đồ nhằm hình thành những tín hữu không chỉ tuyên xưng đức tin mà còn thể hiện đức tin đó qua hành động.

Bộ sách bắt đầu với tác phẩm ***Thánh Augustinô thành Hippo (354–430 sau Công nguyên): Từ một trái tim bất an đến một cuộc đời được ghi chép lại*** , kể về hành trình của Thánh Augustinô từ sự hỗn loạn nội tâm đến sự vâng phục trọn vẹn. Tập đầu tiên đã thiết lập niềm tin cốt lõi của tác phẩm này: rằng Thiên Chúa tiếp tục viết nên chân lý của Ngài thông qua những cuộc đời hiến dâng, và những lời chứng của những người nam nữ trung tín vẫn là nguồn hướng dẫn sống động cho Giáo hội ngày nay.

Tập đầu tiên trong loạt sách Thư Tín Sống Động có bán tại đây:
https://www.amazon.com/ST-AUGUSTINE-HIPPO-354-430-Devotional-ebook/dp/B0GJN8N9XS

"Mere Christianity, Fully Lived" tiếp tục tầm nhìn này bằng cách đi sâu vào cuộc đời và tư tưởng của **C.S. Lewis** , người có sự cải đạo miễn cưỡng và đức tin kỷ luật đã truyền cảm hứng mạnh mẽ cho tư duy hiện đại. Trong khi Augustine tiết lộ về trái tim bất an, Lewis lại đối mặt với ý chí chống đối—kêu gọi các tín đồ vượt ra ngoài niềm tin để vâng phục hằng ngày.

CS Lewis (1898-1963) - Đạo Cơ Đốc thuần túy, sống trọn vẹn: Từ một tâm trí miễn cưỡng đến một cuộc đời được biến đổi (Những bức thư sống động - Chuỗi bài suy niệm 40 ngày | Tập 2)

Sách điện tử

https://www.amazon.com/Lewis-1898-1963-Mere-Christianity-Fully-ebook/dp/B0GKQ27F9N

Sách bìa mềm
https://www.amazon.com/Lewis-1898-1963-Mere-Christianity-Fully/dp/B0GM8YMXC3

Bìa cứng

https://www.amazon.com/Lewis-1898-1963-Mere-Christianity-Fully/dp/B0GM8WHXJL

Godseagle Ministries xuất bản loạt sách Living Epistles với sứ mệnh rõ ràng: quản lý các nguồn tài liệu dựa trên Kinh Thánh để đào tạo các quốc gia, củng cố Giáo hội và trang bị cho các tín đồ sống cách hữu hình như những sứ giả của Chúa Kitô. Chúng tôi tin rằng đức tin không chỉ được duy trì bởi các ý tưởng, mà còn bởi cuộc sống được định hình bởi lẽ thật, được thử thách bởi sự vâng phục và được Thánh Linh của Đức Chúa Trời ban sức mạnh.

Mỗi tập trong loạt sách này đều được dâng lên trong lòng thành kính, với hy vọng rằng độc giả sẽ không chỉ học hỏi từ quá khứ mà còn đáp lại trong hiện tại—cho phép Chúa tiếp tục viết nên những bức thư sống động của Ngài thông qua những cuộc đời bình dị dâng hiến cho mục đích của Ngài.

Chúng tôi biết ơn mỗi độc giả đã cùng tham gia hành trình này, tin tưởng rằng cùng một Đức Chúa Trời đã biến đổi Augustine và Lewis vẫn đang hành động cho đến ngày nay.

Phản hồi của độc giả và người xem

"Đây không chỉ là một lời chứng — mà còn là lời cảnh tỉnh cho Giáo hội. Nó vạch trần những điểm yếu mà không công kích bất cứ ai."

"Tôi chưa từng nghe một cựu chiến binh thánh chiến nào nói về sự thánh thiện và kỷ luật một cách rõ ràng và mạch lạc đến vậy. Điều này đã thách thức niềm tin Cơ Đốc giáo hời hợt của tôi."

"Điều khiến tôi ấn tượng nhất không phải là ngọn lửa — mà là sự thành thật của anh ấy về việc suýt quay trở lại vì thói đạo đức giả. Mức độ minh bạch đó rất hiếm."

"Câu chuyện này khiến tôi tự đặt câu hỏi về mức độ cam kết của chính mình. Chúng ta nói rằng mình nghiêm túc, nhưng liệu chúng ta có kỷ luật không?"

"Việc ông ấy vẫn phục vụ các cộng đồng mà phần lớn người hưởng lợi là người Hồi giáo cho thấy sự trưởng thành, chứ không phải sự cay đắng. Điều đó nói lên rất nhiều điều."

"Khi anh ấy kể lại việc bị bắn mà vẫn đứng vững, tôi nhận ra rằng việc sống sót mang theo trách nhiệm.

Sống sót không phải là cái cớ để hưởng thụ cuộc sống thoải mái."

"Phần nói về việc nhìn thấy thiên đường mà vẫn không lập tức đầu hàng thật đáng suy ngẫm. Chỉ riêng sự mặc khải thôi thì không thể thay đổi bạn."

"Cấu trúc đào tạo 40 ngày làm cho điều này trở nên khác biệt. Nó không mang lại cảm hứng mà đòi hỏi sự phản hồi."

"Đây là một trong những bài viết cân bằng nhất về việc cải đạo từ đạo Hồi mà tôi từng đọc. Nó khẳng định lập trường của tôi, nhưng không hề mang tính thù hận."

"Thiên đường hân hoan vì một người" — chỉ câu nói đó thôi đã thay đổi cách tôi nhìn nhận về sự thành công trong công tác mục vụ.

"Cuốn sách này rất có trọng lượng. Nó không cường điệu hóa bạo lực hay phóng đại trải nghiệm. Nó kêu gọi một đức tin nghiêm túc và có kỷ luật."

"Tôi mong đợi một câu chuyện cải đạo đầy kịch tính. Nhưng điều tôi tìm thấy lại là lời kêu gọi lập giao ước và sống thánh thiện."

"Việc nhấn mạnh vào kỷ luật đã thử thách tôi nhiều hơn cả những phép màu. Kỷ luật giúp củng cố niềm tin."

"Nó vạch trần sự đạo đức giả mà không tỏ ra phòng thủ. Sự trung thực đó làm cho nó đáng tin cậy."

"Bài viết này không nhằm mục đích kích động đám đông. Nó được viết ra để xây dựng niềm tin."

LỜI NÓI ĐẦU

Cuốn sách này không được viết ra để gây ấn tượng với bạn. Nó được viết ra để đối chất với bạn.
Câu chuyện bạn sắp đọc chứa đựng lửa, máu, sự đàn áp, những ảo ảnh, sự can thiệp của quốc gia, những cuộc gặp gỡ tâm linh và sự bảo vệ thiêng liêng. Nó chứa đựng sự căng thẳng của một gia đình chia rẽ, lòng dũng cảm của một người mẹ cầu nguyện, cuộc xung đột thầm lặng của người cha, cái chết cận kề của người anh trai và sự chuyển biến đầy kịch tính của một trái tim hiếu chiến.
Nhưng đây không phải là một bản ghi chép về những phép màu gây chấn động.
Đây là một nghiên cứu về lòng trung thành.
Nhiều người bị cuốn hút bởi những câu chuyện về sự cải đạo. Những người khác lại tò mò về những trải nghiệm siêu nhiên. Một số người xúc động trước những câu chuyện về sự bức hại. Nhưng sự say mê không đồng nghĩa với sự biến đổi. Cảm xúc không đồng nghĩa với sự kiên trì. Gặp gỡ không tự động dẫn đến sự vâng phục.
Tác phẩm này được viết một cách cẩn thận và có chủ đích để tránh sự hào hứng thiếu căn cứ.
Phần đầu tiên trình bày câu chuyện – được rút ra từ các cuộc phỏng vấn, bài giảng và lời chứng công khai đã được ghi chép lại. Các chi tiết được giữ lại không phải để đề cao một người nào đó mà để cho thấy điều gì xảy ra khi niềm tin va chạm với sự mặc khải.
Phần thứ hai cung cấp những gì mà hầu hết các lời chứng đều thiếu: cấu trúc.
Bốn mươi ngày rèn luyện tâm linh có kỷ luật. Không phải lý thuyết suông. Không phải suy ngẫm chung chung. Mà là sự tham gia có cấu trúc. Kinh thánh Cựu Ước và Tân Ước. Bài học. Câu hỏi. Cầu nguyện. Tuyên bố. Hành động.

Đây là hành động có chủ ý.
Vì những câu chuyện có thể lay động bạn — nhưng cấu trúc mới là thứ giúp bạn duy trì.
Câu chuyện về lửa từ trên trời rơi xuống, người cố vấn bị đánh trúng, đạn găm vào da thịt nhưng không gây thương tích nghiêm trọng, tổng thống được giải cứu, và xác nhận y tế cho biết không bị thương — những điều này không được trình bày để gây tranh cãi hay giật gân. Chúng được ghi lại vì chúng là một phần của bằng chứng được ghi chép lại.
Tuy nhiên, cuộc chiến trọng tâm chưa bao giờ là về sự sống còn.
Đó là vấn đề về lòng trung thành.
Lòng trung thành với đức tin được thừa hưởng.
Lòng trung thành với truyền thống. Lòng trung thành với niềm tin. Lòng trung thành với Chúa Kitô.
Cốt lõi của cuốn sách này là một câu hỏi không thể tránh khỏi:
Khi sự thật được hé lộ đối đầu với di sản — bạn sẽ làm gì?
Tác phẩm này không khẳng định sự hoàn hảo cho đối tượng nghiên cứu. Nó không tôn vinh kinh nghiệm. Kinh Thánh vẫn là thẩm quyền tối cao. Ở bất kỳ khía cạnh nào trong cuộc sống con người không phù hợp với Kinh Thánh, Kinh Thánh vẫn có giá trị cao hơn.
Mục đích của cuốn sách này rất rõ ràng:
Nhằm hướng độc giả đến với Chúa Kitô — và kêu gọi họ sống vâng phục một cách có kỷ luật và theo giao ước.
Thiên đường vui mừng vì người ăn năn hối cải,
chứ không phải vì đám đông bị ấn tượng bởi những màn trình diễn.
Nếu chỉ cần một độc giả sau khi đọc những trang sách này có được niềm tin vững chắc hơn, sự thánh thiện sâu sắc hơn, kỷ luật hơn và lòng trung thành kiên định hơn với Chúa Giê-su Ki-tô — thì tác phẩm này đã hoàn thành sứ mệnh của mình.

Hãy đọc kỹ.
Hãy suy ngẫm một cách trung thực.
Phản hồi một cách có chủ đích.
Chỉ tiến về phía trước.

LỜI MỞ ĐẦU

Ngọn lửa đêm buông xuống

Ngôi nhà không hề im lặng.
Đã có lệnh.
Trong gia đình đó, tôn giáo không phải là điều tùy tiện.
Nó là cấu trúc, là quyền uy, là di sản được truyền từ cha sang con mà không cần thương lượng.
Người cha không phải là một người đàn ông yếu đuối.
Ông là người kỷ luật, sùng đạo, chính xác. Một người đàn ông được tôi luyện bởi niềm tin và sự nghiêm khắc của quân đội.
Bên trong chính ngôi nhà đó, điều gì đó đã thay đổi.
Một cách lặng lẽ.
Người mẹ đã vượt quá giới hạn.
Không có thông báo.
Không có nổi loạn. Không có sự gián đoạn công khai.
Bà vẫn nấu ăn.
Vẫn phục vụ. Vẫn tôn kính chồng. Vẫn sống chung một mái nhà.
Nhưng lòng trung thành của cô ấy đã thay đổi.
Và khi lòng trung thành thay đổi, bầu không khí cũng thay đổi — ngay cả khi không ai lên tiếng.
Không lâu sau, người con trai cả bắt đầu đặt câu hỏi.
Đức tin không còn được thừa hưởng nữa.
Nó được xem xét và kiểm chứng.
Người cha đã cảm nhận được điều đó trước khi nó được nói ra.
Niềm tin cảm thấy bị phản bội khi bản sắc bị đe dọa.
Và rồi một ngày, căng thẳng leo thang thành bạo lực.
Một thanh kiếm được giơ lên.
Không mang tính biểu tượng.

Thép.
Được nuôi dạy để đánh chính con trai mình.
Nhưng trước khi lưỡi kiếm giáng xuống, người con trai đã không còn ở vị trí mà nó nhắm tới nữa.
Sau này ông kể lại rằng mình đã bị di chuyển – được đưa từ vị trí đó đến một địa điểm khác gần đó.
Thanh kiếm giáng xuống.
Nhưng không phải với anh ta.
Quyền thừa kế đã bị gián đoạn.
Nhưng đây mới chỉ là khởi đầu.
Có một người cố vấn.
Một vị imam.
Được kính trọng. Được tin tưởng. Có tầm ảnh hưởng.
Người đàn ông đã rèn luyện kỷ luật, dạy dỗ lòng tận tụy và dẫn dắt ông vào những thực hành tâm linh sâu sắc hơn — bao gồm cả kiến thức về sức mạnh tâm linh và các nghi lễ bí truyền.
Lòng trung thành với người thầy này không phải là hời hợt.
Nó được hình thành từ thời thơ ấu.
Và rồi sự đối đầu đã xảy ra.
Sau này ông đã mô tả nó một cách rõ ràng:
"Tôi thấy lửa từ trời rơi xuống."
Không phải ẩn dụ.
Ngọn lửa.
Vị imam đã bị đánh.
Những người xung quanh nhìn thấy những vết thương sưng tấy.
Còn anh ta thì thấy sự gián đoạn.
Một số người nhìn thấy sự tổn thương.
Còn anh ấy nhìn thấy sự phơi bày.
Trời đất không rung chuyển vì những trò giải trí.
Nó chuyển động một cách chính xác.
Ngọn lửa đó không phải dành cho đám đông.
Đó là cho một người.

Sau đó, tại Maiduguri, một cuộc chạm trán khác đã diễn ra.
Anh ta đã trải qua địa ngục trần gian.
Anh ấy nhận ra những gương mặt quen thuộc — chứ không phải người lạ.
Giáo viên.
Rồi ông được cho thấy thiên đường.
Một thành phố của trật tự. Vẻ đẹp.
Ánh sáng. Vàng.
Anh ta trở về với vẻ mặt thất thần.
Nhưng việc được tiết lộ thông tin không ngay lập tức dẫn đến sự đầu hàng.
Nhìn thấy không có nghĩa là nhượng bộ.
Nhiều năm sau, đạn đã găm vào cơ thể anh ta.
Kim loại sẽ đập vào đầu anh ta.
Máu sẽ chảy ra từ đầu anh ta.
Ông ta sẽ được đưa đi bằng xe như một người được cho là đã chết.
Nhưng ông ấy sẽ trỗi dậy một lần nữa.
Các vệ sĩ sẽ vây quanh anh ta.
Tổng thống sẽ can thiệp.
Các chuyên gia y tế ở một quốc gia khác đã xác nhận điều này, điều tưởng chừng như phi lý:
Còn sống.
Nguyên vẹn. Không bị hư hại về cấu trúc.
Tuy nhiên, mối đe dọa lớn nhất đối với đức tin của ông không phải là lửa.
Không phải địa ngục. Không phải thiên đường. Cũng không phải đạn.
Đó sẽ là đạo đức giả.
Và lời thì thầm trở về.
Cho đến một đêm nọ, trong một phòng khách sạn, khi anh mở cửa — và nhìn thấy Người mà anh đã theo đuổi.
"Chúng ta đã đi quá xa rồi," giọng nói vang lên.
"Không thể quay lại được nữa."

Đây không phải là câu chuyện về sự phô trương.
Đây là vấn đề về lòng trung thành.
Và trước khi cuốn sách này kết thúc, bạn sẽ phải đối mặt với cùng một câu hỏi:
Khi lửa tàn, điều gì còn lại?

GIỚI THIỆU

Đây không phải là câu chuyện về lửa.

Cuốn sách này không nói về lửa.

Đây không phải là về đạn dược, ảo ảnh, sự can thiệp chính trị hay sự sống sót đầy kịch tính.

Những sự kiện đó đã xảy ra.
Chúng được ghi chép lại. Chúng được làm chứng.

Nhưng họ không phải là trung tâm.

Trọng tâm là lòng trung thành.

Nhiều người sẽ tìm đến cuốn sách này vì những yếu tố khác thường — lửa rơi, những cuộc gặp gỡ với thiên đường và địa ngục, các âm mưu ám sát, giải cứu tổng thống. Những chi tiết đó thu hút sự chú ý. Chúng phá vỡ lối suy nghĩ thông thường. Chúng thách thức những giả định.

Nhưng sự phô trương không thể duy trì sự chuyển đổi.

Lòng trung thành làm được điều đó.

Đây là cuốn sách nói về những gì xảy ra khi niềm tin được kế thừa bị đối mặt với sự thật được hé lộ. Nó nói về những gì xảy ra khi cấu trúc va chạm với sự trải nghiệm. Nó nói về những gì còn lại khi các hệ thống bị lung lay và bản sắc bị thử thách.

Đây là câu chuyện về lòng trung thành trong hoàn cảnh nguy hiểm.

Sự kế thừa và gián đoạn

Một số người thừa kế tôn giáo giống như cách những người khác thừa kế đất đai.

Nó được ban tặng từ khi sinh ra.
Nó được hình thành bởi môi trường. Nó được củng cố bởi văn hóa.

Trong những môi trường như vậy, đức tin không được xem xét mà được hấp thụ một cách tự nhiên.

Kỷ luật trở thành sự tận tâm.
Thói quen trở thành sự chính trực. Cấu trúc trở thành bản sắc.

Và khi sự thay đổi xảy ra, nó không hề nhỏ.

Đây là một trận động đất.

Cuốn sách này ghi lại sự chuyển biến mang tính bước ngoặt đó.

Một người mẹ có lòng trung thành thay đổi một cách lặng lẽ nhưng dứt khoát.
Một người anh trai được tha mạng dưới lưỡi kiếm. Một

người cha có thế giới bắt đầu tan vỡ. Một người thầy bị ám ảnh bởi điều không thể giải thích.

Nhưng một lần nữa, những điều này không được trình bày nhằm mục đích gây kinh ngạc.

Những câu chuyện này được trình bày nhằm cho thấy rằng sự thật thường gây xáo trộn trước khi nó định hình lại.

Lửa không phải là bằng chứng.

Trong Kinh Thánh, lửa xuất hiện rất thường xuyên.

Nó rơi xuống bàn thờ của Ê-li.
Nó thiêu rụi Na-đáp và A-bi-hu. Nó xuất hiện cùng với Lễ Ngũ Tuần.

Nhưng lửa không bao giờ là thông điệp.

Đây là sự xác nhận.

Trong câu chuyện này, lửa phá vỡ một hệ thống vốn đã vững chắc. Nó phơi bày lòng trung thành. Nó đánh dấu một bước ngoặt. Nhưng nó không kết thúc cuộc hành trình.

Chỉ riêng sự mặc khải thôi thì không đủ để tạo ra sự vâng phục.

Ông ấy đã nhìn thấy thiên đường.

Ông ta đã chứng kiến địa ngục.

Anh ấy đã trở về.

Và họ vẫn không lập tức đầu hàng.

Tại sao?

Bởi vì lòng trung thành không bị ép buộc bởi sự gặp gỡ. Nó được hình thành bởi quyết định.

Trận chiến vĩ đại hơn

Những viên đạn không phải là dấu chấm hết cho câu chuyện.

Ngọn lửa không định nghĩa tất cả.

Việc sơ tán tổng thống đã không đảm bảo được tình hình.

Mối đe dọa lớn nhất đến sau đó — từ chính bên trong nhà thờ.

Sự đạo đức giả.

Lòng sùng kính hời hợt.

Thành công mà thiếu kỷ luật.

Sự cám dỗ quay trở lại với tôn giáo có cấu trúc chặt chẽ hơn là chịu đựng một cộng đồng không hoàn hảo.

Và đó là điểm mà cuốn sách này chuyển từ thể loại tiểu sử sang thể loại phản chiếu.

Vì nhiều người không từ bỏ sự thật chỉ vì thiếu sự mặc khải.

Họ ra đi vì thất vọng.

Lý do cuốn sách này ra đời

Cuốn sách này ra đời nhằm mục đích giáo dục.

Không phải sự say mê.

Mục đích của nó là để dẫn dắt người đọc vượt qua giai đoạn ngưỡng mộ và tiến đến giai đoạn xem xét kỹ lưỡng.

Phần I trình bày câu chuyện một cách rõ ràng, trực tiếp, không tô vẽ. Nó theo dõi quá trình thừa kế, đối đầu, gặp gỡ, đàn áp, bảo tồn và ủy nhiệm.

Phần II cung cấp một hành trình có cấu trúc kéo dài 40 ngày — không phải để bắt chước một cá tính nào, mà để vun đắp lòng trung thành có kỷ luật đối với Chúa Kitô.

Điều này rất quan trọng:

Chúng tôi không hướng độc giả đến một người đàn ông cụ thể nào.

Chúng tôi đang hướng độc giả đến với Chúa Kitô.

Cuộc đời được ghi lại ở đây đóng vai trò như một nghiên cứu trường hợp, không phải là một khuôn mẫu. Là sự minh họa, không phải là hình mẫu lý tưởng. Là lời chứng, không phải là giáo lý.

Ở những điểm mà cuộc sống này phù hợp với Kinh Thánh, ta cần học hỏi từ đó.

Trong trường hợp bất kỳ đời sống nào không tuân theo Kinh Thánh, Kinh Thánh vẫn là thẩm quyền tối cao.

Mục tiêu không phải là lòng trung thành cá nhân.

Đó là lòng trung thành theo giao ước .

Những môn đệ ẩn danh

Trong suốt Kinh Thánh, lòng trung thành không phải lúc nào cũng được thể hiện công khai.

Nicôđêm đến vào ban đêm.
Giô-sép người A-ri-ma-thê lo việc chôn cất. Na-a-man quỳ gối trong một đền thờ ngoại quốc trong khi lòng trung thành với Chúa. Đa-vít sống giữa người Phi-li-tin trong khi vẫn giữ vững giao ước. Ê-xtê giấu kín nguồn gốc cho đến khi thời điểm cần thiết để tiết lộ.

Lòng trung thành đôi khi được thể hiện một cách ồn ào.

Đôi khi đó là một chiến lược.

Nhưng nó phải là thật.

Câu chuyện này đặt ra một câu hỏi trọng tâm:

Lòng trung thành của bạn được xây dựng trên cơ sở nào — di sản, trải nghiệm, văn hóa hay niềm tin?

Dành cho người đọc

Cuốn sách này dành cho:

Những người thừa hưởng đức tin nhưng chưa bao giờ xem xét nó.
Những người đã gặp chân lý nhưng trì hoãn việc đầu hàng.
Những người sống sót sau cuộc tấn công nhưng vẫn vật lộn với sự thất vọng. Những người đang phải đối mặt với những gia đình chia rẽ. Những người đối diện với sự đạo

đức giả trong các hệ thống tôn giáo. Những người tin rằng Chúa chỉ hành động trong đám đông.

Thiên đường hân hoan trước một điều.

Chất lượng hơn số lượng.

Nếu lửa giáng xuống và chỉ có một người đáp trả — thì trời vẫn sẽ chuyển động.

Cấu trúc của hành trình

Phần I – Câu chuyện về lòng trung thành trong chiến tranh: Một bản tường thuật theo trình tự thời gian và thần học về sự hình thành, đối đầu, đàn áp, bảo tồn và sứ mệnh.

Phần II – Hành Trình Chiến Lược 40 Ngày:
Những điểm tựa tường thuật hàng ngày, Kinh Thánh (Cựu Ước và Tân Ước), suy ngẫm, tuyên xưng, cầu nguyện và hành động. Một sự chuyển biến có chủ đích từ niềm tin tiềm ẩn đến sự kiên trì có kỷ luật.

Đây không phải là hình thức đọc thụ động.

Đó là sự hình thành có chủ đích.

Buổi định hướng cuối cùng

Trước khi tiếp tục, hãy hiểu điều này:

Cuốn sách này sẽ không mang lại cho bạn sự giải trí.

Nó sẽ không làm hài lòng những giả định của bạn.

Nó sẽ không cường điệu hóa nỗi đau khổ.

Nó sẽ đối đầu với lòng trung thành.

Bởi vì sau tất cả, từ lửa địa ngục, thiên đường, đạn dược, sự giả dối và sự sống còn — chỉ còn một câu hỏi:

Bạn thuộc về ai?

Vậy điều gì còn lại khi lửa tàn?

CHƯƠNG 1

Người Cha Đã Xây Dựng Công Trình

Trước khi xảy ra xung đột trong nhà, mọi thứ đều trật tự.
Trước khi có sự cải đạo, đã có kỷ luật.
Trước khi có lửa từ trời giáng xuống, đã có sự hình thành tôn giáo dưới sự dẫn dắt của một người cha tin rằng tôn giáo không phải là sự lựa chọn mà là mệnh lệnh.
Cha của Isa là một cựu chiến binh của Thế chiến thứ hai. Sự kỷ luật quân sự đã định hình ông từ rất lâu trước khi ông làm cha. Sự kỷ luật đó cũng được thể hiện trong gia đình. Tôn giáo không tách rời khỏi cuộc sống hàng ngày; nó chi phối cuộc sống.
Mô hình này rất nhất quán:
Từ văn phòng đến nhà thờ Hồi giáo.
Từ nhà thờ Hồi giáo đến nhà ở. Từ nhà ở đến nhà thờ Hồi giáo.
Không có sự sai lệch nào. Không có sự chia rẽ lòng trung thành. Không có sự lơ là trong việc tuân thủ.
Trong ngôi nhà đó, đạo Hồi không chỉ là sự trang trí văn hóa, mà còn là cấu trúc.
Những đứa trẻ được nuôi dạy trong một hệ thống mà sự vâng lời được mong đợi và giám sát chặt chẽ. Việc nhịn ăn trong tháng Ramadan không bắt đầu từ tuổi thiếu niên. Isa bắt đầu nhịn ăn từ năm 5 tuổi. Nhịn ăn cả ngày. Không có ngoại lệ vì lý do tuổi tác.
Cầu nguyện không chỉ giới hạn trong phạm vi nghĩa vụ. Ông ấy đã làm chứng rằng mỗi ngày ông thực hiện tới 172 chu kỳ cầu nguyện. Bao gồm cả những lời cầu nguyện bắt buộc và những lời tụng niệm tự nguyện bổ sung. Các câu

kinh Qur'an được lặp đi lặp lại hàng nghìn lần. Việc thiền định về kinh sách được thực hiện một cách trực tiếp, lặp đi lặp lại và rất sâu sắc.
Không có sự diễn giải lại văn bản nào.
Nếu kinh Quran nói, "Hãy giết chúng bất cứ nơi nào các ngươi tìm thấy chúng," thì điều đó được chấp nhận theo nghĩa đen.
Không có sự điều chỉnh nào về mặt ngữ cảnh. Không có sự làm dịu nhẹ nào về mặt thần học.
Đây là niềm tin đã được hiện thực hóa.
Isa kể lại rằng, khi lên bảy hoặc tám tuổi, anh bắt đầu trải nghiệm những hiện tượng tâm linh mà anh hiểu là những cuộc gặp gỡ với “al-jinn” (thần linh). Anh mô tả việc nhìn thấy những sinh vật xuất hiện dưới hình dạng lai tạp, đôi khi giống động vật, đôi khi phát sáng. Những cuộc gặp gỡ này không làm anh sợ hãi. Chúng củng cố hệ tư tưởng mà anh đang được dạy.
Ông tin rằng những trải nghiệm này đã khẳng định chân lý của đạo Hồi.
Đến mười hai giờ, quá trình huấn luyện diễn ra ngày càng gắt gao.
Anh ta tham gia huấn luyện chiến binh Hồi giáo có tổ chức ở ngoại ô thành phố. Khóa huấn luyện bao gồm các bài tập thể lực, quyền anh, karate, làm quen với vũ khí, các bài tập sinh tồn và huấn luyện theo kiểu du kích. Cha mẹ anh ta ủng hộ và tài trợ cho việc huấn luyện này. Nó được coi là một việc làm đáng kính.
Sau đó, ông ta mô tả sự tham gia vào các phong trào Hồi giáo có tổ chức, bao gồm cả việc lập kế hoạch chiến lược cho sự bành trướng của Hồi giáo. Ông ta thừa nhận đã tham gia vào các hành động gây hấn trực tiếp chống lại Kitô giáo — đánh đập người Kitô hữu, đốt nhà thờ, phá hủy Kinh thánh công khai và sử dụng các biện pháp hăm dọa tâm lý.
Đây không phải là sự thù địch thông thường.

Đó là nhiệm vụ.
Kỷ luật đã định hình hệ thống.
Nghi thức củng cố lòng trung thành.
Sự lặp lại tạo nên niềm tin.
Lòng thù hận không phải là ngẫu nhiên; nó được dạy dỗ.
Kitô giáo bị coi là kẻ thù.
Quyền lực được coi là định mệnh.
Và Isa đã hấp thụ nó.
Anh ấy muốn làm hài lòng cha mình.
Ông ấy muốn bảo vệ đức tin của mình.
Ông muốn thúc đẩy sự nghiệp mà ông tin là mệnh lệnh thiêng liêng.
Đến khi bước vào giai đoạn thanh niên, cậu ấy không còn tìm hiểu về tín ngưỡng nữa.
Ông ta đang thực thi điều đó.
Công trình đã hoàn thành.
Lòng trung thành đã được thể hiện rõ ràng.
Hệ thống hoạt động hoàn toàn đúng như thiết kế.
Rồi vết nứt bắt đầu hình thành.
Không phải từ bên ngoài.
Từ bên trong.
Mẹ anh ấy đã cải đạo.

CHƯƠNG 2

Người Mẹ đã cải đạo và ở lại

Sự cải đạo đầu tiên trong gia đình không diễn ra trên chiến trường.
Việc đó diễn ra một cách lặng lẽ.
Mẹ của Isa đã hiến dâng cuộc đời mình cho Chúa Kitô khi vẫn còn sống trong một gia đình Hồi giáo có những quy định nghiêm ngặt.
Đây không phải là môi trường mà tôn giáo đóng vai trò như văn hóa. Nó là bản sắc. Nó là mệnh lệnh. Nó là trật tự.
Quyền uy của người cha và lòng sùng đạo Hồi của gia đình đan xen vào nhau. Nhà thờ Hồi giáo định hình một ngày. Kinh Qur'an định hình tư tưởng. Sự vâng lời định hình hành vi.
Và trong khuôn khổ đó, người mẹ đã thay đổi lòng trung thành.
Ban đầu, sự cải đạo của bà không được công bố công khai. Nó bắt đầu từ bên trong. Nhưng trong những gia đình có kỷ luật tôn giáo, những thay đổi nội tâm cuối cùng sẽ bộc lộ ra bên ngoài qua hành vi.
Thói quen cầu nguyện của bà đã thay đổi.
Giọng điệu của cô ấy thay đổi.
Tư thế của bà trong những lúc cầu nguyện đã thay đổi.
Bà vẫn hoàn thành trách nhiệm của một người vợ và người mẹ. Bà vẫn tiếp tục nấu nướng. Bà vẫn tiếp tục chăm sóc gia đình. Bà không hề rời xa gia đình về mặt thể chất. Nhưng sự định hướng tâm linh của bà không còn như xưa nữa.
Sự khác biệt đó đã tạo ra căng thẳng.

Trong những gia đình có trật tự chặt chẽ, sự đồng nhất duy trì sự ổn định. Khi một thành viên đi chệch hướng, toàn bộ hệ thống sẽ chịu áp lực.

Bà không tranh luận về thần học trên bàn ăn. Bà không chế giễu hệ thống mà bà đã sống trong đó. Bà không công khai thách thức quyền lực của chồng. Thay vào đó, bà chỉ hiện diện trọn vẹn trong cuộc sống.

Việc ở lại không phải là điểm yếu.

Việc ở lại đồng nghĩa với việc cô ấy sẽ phải đối mặt với hậu quả bên trong hệ thống chứ không phải từ xa.

Lòng trung thành mới của cô ấy không thể che giấu mãi mãi.

Các con trai quan sát kỹ lưỡng.

Họ được huấn luyện để nhận biết kỷ luật. Họ được huấn luyện để nhận ra sự nghiêm túc. Họ biết lòng sùng đạo Hồi nghiêm khắc trông như thế nào. Họ biết sự tham gia trọn vẹn đòi hỏi những gì.

Có điều gì đó khác biệt.

Sự bình an của bà không được xây dựng trên những lời tụng niệm quen thuộc.

Lòng sùng kính của bà không còn theo cùng một hướng nữa. Trung tâm nội tâm của bà đã thay đổi.

Người cha duy trì trật tự. Cấu trúc không hề lỏng lẻo. Kỳ vọng về sự tuân thủ không hề biến mất.

Nhưng giờ đây, ngôi nhà lại chứa đựng hai lòng trung thành.

Không khí trở nên căng thẳng.

Vụ nổ vẫn chưa xảy ra.

Nhưng nó đã bị chia rẽ.

Đối với Isa, người vẫn còn thấm nhuần sâu sắc niềm tin Hồi giáo cực đoan, điều này thật khó hiểu. Hệ thống mà anh tin là tuyệt đối giờ đây lại mâu thuẫn ngay trong chính ngôi nhà của mình. Người đã nuôi dưỡng anh giờ lại thể hiện một lòng trung thành khác.

Việc cải đạo trong bối cảnh như vậy không chỉ đơn thuần là thay đổi tôn giáo.

Hành động đó được hiểu là sự phản bội dòng dõi, lòng trung thành và vận mệnh.
Nhưng cô ấy vẫn ở lại.
Cô ấy không rời bỏ cuộc hôn nhân.
Cô ấy không bỏ rơi gia đình. Cô ấy không tìm kiếm sự bảo vệ ở nơi khác.
Cô ấy vẫn chìm trong căng thẳng.
Niềm tin của bà không được thể hiện qua những cuộc đối đầu công khai. Nó được thể hiện qua sự kiên trì.
Sức chịu đựng đó sẽ sớm bị thử thách đến mức không thể nào chấp nhận được.
Quá trình chuyển đổi tiếp theo sẽ không còn giới hạn trong phạm vi đó nữa.
Người con trai cả đã gặp gỡ Chúa Kitô.
Và khi điều đó xảy ra, sự rạn nứt trong gia đình đã biến thành xung đột công khai.

CHƯƠNG 3

Amadu Almadu Buba và thanh kiếm

Sự chuyển đổi thứ hai trong gia đình không diễn ra từ từ.
Đó là một quyết định quan trọng.
Anh cả của Isa, **Amadu Almadu Buba** đã hiến dâng cuộc đời mình cho Chúa Kitô.
Đây không phải là sự tò mò cá nhân. Đó là một sự thay đổi lòng trung thành đã được tuyên bố. Trong một gia đình được xây dựng dựa trên niềm tin Hồi giáo cực đoan, quyết định như vậy không được coi là sự bất đồng, mà là sự nổi loạn.
Amadu không rời khỏi nhà ngay sau khi cải đạo. Anh vẫn ở trong môi trường mà mẹ anh đã từng sống.

Nhưng phản ứng trước sự cải đạo của ông lại khác.
Trong khi sự thay đổi của mẹ anh tạo ra căng thẳng, thì sự cải đạo của anh lại tạo ra sự đối đầu.
Theo lời kể của Mục sư Isa, tình hình leo thang nhanh chóng. Người cha, người vốn cai quản gia đình bằng kỷ luật nghiêm khắc và lòng sùng đạo tuyệt đối, đã đáp trả bằng vũ lực.
Cuộc đối đầu đã vượt ra ngoài phạm vi ngôn từ.
Isa kể rằng cha anh ta bất ngờ xuất hiện từ phía sau Amadu với một thanh kiếm.
Đây không phải là một cử chỉ mang tính biểu tượng.
Một vũ khí thực sự.
Ông ta mô tả lưỡi dao cực kỳ sắc bén — có khả năng cắt da chỉ với một chạm nhẹ. Mục đích không phải là hăm dọa. Đó là hành quyết.
Người cha giơ kiếm định đánh chính con trai mình vì tội cải đạo sang Cơ Đốc giáo.
Không có bất kỳ cuộc đàm phán nào diễn ra vào thời điểm đó.
Lưỡi dao đã được nâng lên.
Cuộc đình công sắp xảy ra.
Sau đó, theo lời kể của Isa, một sự kiện nào đó đã xảy ra làm thay đổi hướng đi của gia đình.
Ông ấy đã khẳng định rằng Chúa Thánh Thần đã can thiệp.
Ông ấy mô tả rằng Amadu đã bị di chuyển khỏi vị trí mà anh ta đang đứng.
Không phải bằng đấu tranh.
Không phải bằng sự can thiệp của con người. Không phải bằng cách chạy trốn.
Ông nói rằng Thần linh đã "chọn" em trai ông và đưa cậu ấy ra khỏi con đường của lưỡi kiếm.
Thanh kiếm giáng xuống.
Nhưng nó không rơi trúng da thịt.

Thay vào đó, nó lao xuyên qua tấm bạt lò xo phía sau chỗ Amadu vừa đứng và cắm xuống đất.
Vị trí lưỡi dao đâm vào chính xác là nơi thi thể anh ta nằm vài khoảnh khắc trước đó.
Amadu không còn ở đó nữa.
Ông ta đã được chuyển đến một địa điểm gần đó.
Cú đánh trượt.
Âm mưu ám sát đã không thành công.
Khoảnh khắc đó đánh dấu một bước ngoặt trong gia đình.
Đây không còn là sự bất đồng về giáo lý nữa.
Đây là một vụ hành quyết bất thành.
Người cha đã hành động.
Thanh kiếm đã được giơ lên.
Lưỡi dao đã rơi xuống.
Thế nhưng người con trai vẫn còn sống.
Amadu đã không thay đổi quyết định của mình sau vụ việc.
Ông ấy không từ bỏ sự cải đạo của mình.
Ông vẫn giữ vững lập trường.
Theo lời khai của Isa, người anh trai đó sau này trở thành mục sư cấp cao trong Giáo hội Deeper Life, phục vụ ở cấp giám sát quốc gia.
Thanh kiếm không kết liễu được mạng sống của anh ta.
Việc đó đã xảy ra trước khi ông được kêu gọi.
Bầu không khí trong gia đình đã thay đổi hoàn toàn.
Sự chuyển biến âm thầm của người mẹ đã tạo ra sự chia rẽ nội bộ.
Việc Amadu cải đạo và vụ việc dùng kiếm đã tạo ra một sự rạn nứt nghiêm trọng.
Hệ thống đã bị thách thức từ bên trong.
Và lòng trung thành từng thống nhất giờ đây đã bị chia rẽ bởi những lòng trung thành đối lập.
Đối với Isa, người lúc đó vẫn còn gắn bó sâu sắc với tổ chức Hồi giáo cực đoan, vụ việc này không thể dễ dàng bỏ qua.

Anh ta đã hiểu được ý định của cha mình.
Ông ta đã nhìn thấy lưỡi dao rơi xuống.
Anh ta đã nhìn thấy em trai mình đứng ở một nơi khác.
Sự kiện đó không ngay lập tức khiến ông ta thay đổi suy nghĩ.
Nhưng điều đó đã làm xáo trộn sự chắc chắn của ông.
Cấu trúc hệ thống niềm tin của ông vẫn không thay đổi.
Nhưng những vết nứt đã bắt đầu xuất hiện.
Cuộc đối đầu tiếp theo sẽ không có sự tham gia của kiếm.
Việc đó sẽ liên quan đến lửa.

CHƯƠNG 4

Sự hình thành tăng cường

Trong khi mẹ và anh trai của Isa đã thay đổi lòng trung thành, thì Isa vẫn không.

Thậm chí, sự căng thẳng trong nhà càng củng cố quyết tâm của anh ta.

Ông được nuôi dạy để tin rằng Hồi giáo không chỉ đơn thuần là một tôn giáo mà còn là một mệnh lệnh thống trị. Từ nhỏ, kỷ luật đã định hình bản sắc của ông. Vụ việc dùng kiếm liên quan đến anh trai ông không làm lung lay sự hình thành đó. Nó càng củng cố thêm niềm tin của ông rằng sự sai lệch phải bị chống lại.

Nền tảng quân sự của cha anh không chỉ định hình thói quen hàng ngày mà còn định hình kỳ vọng về lòng trung thành và sức mạnh. Sự yếu đuối về mặt cảm xúc không được khuyến khích. Sự vâng lời mới là điều quan trọng.

Sự phát triển của Isa tiếp tục theo hướng cực đoan.

Ngay từ những năm đầu tuổi thiếu niên, anh ta đã hoàn toàn đắm mình trong các cấu trúc huấn luyện Hồi giáo. Bên ngoài thành phố, ở những vùng hẻo lánh, anh ta và những tân binh trẻ khác trải qua quá trình rèn luyện thể chất và củng cố tư tưởng. Quá trình huấn luyện bao gồm:

- Chiến đấu tay không.
- Các bài tập karate và đấm bốc.
- Rèn luyện sức bền thể chất.
- Huấn luyện sinh tồn trong điều kiện khắc nghiệt.
- Tiếp xúc với việc sử dụng vũ khí.
- Huấn luyện chiến lược trong chiến tranh du kích.

Cha mẹ tự nguyện tài trợ cho khóa huấn luyện này. Việc tham gia được coi là vinh dự. Bảo vệ đạo Hồi không bị xem là chủ nghĩa cực đoan mà là lẽ phải.
Việc củng cố tư tưởng đi đôi với huấn luyện thể chất. Các câu kinh Qur'an được học thuộc lòng và đọc tụng với sự nhấn mạnh vào việc đối đầu với những người không theo đạo. Lòng căm thù đối với người Kitô giáo và người Do Thái không phải là sự bộc phát cảm xúc; nó được nuôi dưỡng thông qua sự lặp đi lặp lại.
Isa đã thừa nhận trực tiếp tham gia vào các hành động thù địch:

- Đánh đập người Kitô hữu.
- Hành vi hăm dọa, ép buộc.
- Công khai tiêu hủy Kinh Thánh.
- Tham gia đốt nhà thờ.
- Tham gia vào các hoạt động gây hấn tôn giáo có tổ chức.

Ông ấy không tự nhận mình tham gia một cách miễn cưỡng. Ông tin rằng mình đang bảo vệ sự thật.
Bên cạnh việc rèn luyện quân sự, ông còn duy trì việc thực hành tín ngưỡng sâu sắc. Ngoài năm lời cầu nguyện bắt buộc hàng ngày, ông còn thực hiện thêm các chu kỳ cầu nguyện khác. Ông đã làm chứng về việc cầu nguyện tới 172 chu kỳ cầu nguyện mỗi ngày.
Việc tụng niệm không chỉ mang tính biểu tượng. Các câu thơ được lặp đi lặp lại hàng nghìn lần trong khi thiền định. Sự vâng lời được thể hiện theo nghĩa đen.
Khi lên bảy hoặc tám tuổi, cậu bé kể lại những hiện tượng tâm linh mà cậu cho là sự khẳng định đức tin Hồi giáo. Cậu mô tả việc nhìn thấy những sinh vật mà cậu tin là "al-jinn" (thần linh). Những trải nghiệm này không làm cậu sợ hãi; chúng củng cố quyết tâm của cậu.
Hệ thống niềm tin của ông ấy không hề lung lay.

Nó được củng cố bởi kỷ luật, sự lặp lại, trải nghiệm tâm linh và sự hỗ trợ cộng đồng.
Đến khi bước vào tuổi trưởng thành, anh ta không chỉ đơn thuần là người tham gia.
Ông tham gia vào việc lập kế hoạch chiến lược Hồi giáo có cấu trúc. Ông từng đề cập đến sự tham gia vào các phong trào hướng tới việc mở rộng ảnh hưởng Hồi giáo lâu dài trên khắp các khu vực. Tư duy hướng đến nhiều thế hệ. Chiến lược đòi hỏi sự kiên nhẫn.
Việc cải đạo ngay trong nhà không thuyết phục được ông ấy.
Điều đó đã xúc phạm anh ấy.
Ông ta coi Cơ đốc giáo là một tôn giáo yếu đuối.
Ông ta coi người Kitô hữu là những người thỏa hiệp.
Ông coi Giáo hội như một thế lực cần phải đối đầu.
Sau đó, sự kiện liên quan đến vị imam của ông đã xảy ra.
Và cuộc đối đầu đã chuyển từ ý thức hệ sang sự chạm trán.

CHƯƠNG 5

Maiduguri, Tầm nhìn về Địa ngục và Sự từ chối

Sự thay đổi trong cuộc đời của Isa không bắt đầu từ vụ hỏa hoạn.
Mọi chuyện bắt đầu bằng sự xáo trộn.
Trong những năm tháng phát triển sự nghiệp chiến binh, Isa đã từng đến Maiduguri.
Vào thời điểm này, ông vẫn hoàn toàn trung thành với đạo Hồi. Cấu trúc tư tưởng của ông vẫn vững chắc. Thái độ thù

địch của ông đối với Kitô giáo vẫn còn nguyên vẹn. Kỷ luật của ông không hề suy giảm.

Trong thời gian ở Maiduguri, ông kể lại một trải nghiệm siêu nhiên đã làm thay đổi niềm tin nội tâm của mình.

Ông ấy nói rằng mình đã trải qua địa ngục.

Ông mô tả nó không phải là sự tưởng tượng hay giấc mơ, mà là một cuộc gặp gỡ.

Theo lời khai của ông, ông đã nhìn thấy ngọn lửa và sự đau khổ tột cùng. Ông đã thấy mọi người bị hành hạ.

Trong số những người ông nhận ra có **các thầy giáo Hồi giáo — các Mallam — những người đã dạy ông về giáo lý Hồi giáo.**

Họ không phải là kẻ thù của Hồi giáo.

Họ là những người lãnh đạo trong đó.

Ông chứng kiến những bậc thầy Hồi giáo đáng kính phải chịu đau khổ.

Ông mô tả cảnh họ khóc than trong đau đớn giữa ngọn lửa.

Điều này không phù hợp với khuôn khổ kiến thức mà anh ta đã được học.

Ông được nuôi dạy để tin rằng Hồi giáo là con đường chân chính duy nhất. Các bậc thầy Hồi giáo là những người gìn giữ chân lý. Số phận vĩnh hằng của họ được cho là đã được đảm bảo.

Nhưng trong viễn cảnh mà ông mô tả, họ không được an toàn.

Họ đã bị kết án.

Ông ấy không được chứng kiến cảnh các tín đồ Cơ đốc giáo bị hành hạ.

Ông ta được cho xem hình ảnh các nhà chức trách Hồi giáo đang bị tra tấn.

Chi tiết đó khiến ông ấy băn khoăn.

Tiếp theo đó, ông kể lại việc được đưa lên cao và được cho thấy thiên đường.

Ông ấy mô tả thiên đường là một nơi có cấu trúc, tươi sáng, ngăn nắp và yên bình.
Ông ấy nói rằng ông ấy đã nhìn thấy những người đã chết.
Ông mô tả trải nghiệm đó là hữu hình và sống động.
Ông được chỉ dẫn đến hai điểm đến:
Sự giày vò.
Và thứ tự.
Phán quyết.
Và hòa bình.
Anh ấy đã trở về sau trải nghiệm đó.
Và ông ta đã không cải đạo.
Tầm nhìn đó không lập tức làm lung lay lòng trung thành của ông.
Đội hình của anh ta quá sâu.
Nhiều năm rèn luyện kỷ luật, lặp đi lặp lại, tư tưởng cực đoan và niềm tin được xây dựng bài bản không thể sụp đổ chỉ sau một trải nghiệm.
Anh ta quay trở lại con đường cũ.
Ông tiếp tục thực hành đạo Hồi.
Ông tiếp tục duy trì cam kết mạnh mẽ với chiến trường.
Ông ta tiếp tục thái độ thù địch với Cơ đốc giáo.
Nhưng sự xáo trộn vẫn còn đó.
Anh ta đã chứng kiến một điều không phù hợp với những gì mình được dạy.
Cấu trúc tư tưởng vẫn còn nguyên vẹn.
Nhưng giờ nó đã xuất hiện những vết nứt.
Cuộc đối đầu quyết định sẽ không diễn ra ở Maiduguri.
Việc đó sẽ xảy ra sau.
Việc này sẽ liên quan đến vị imam của ông ta.
Và việc đó sẽ liên quan đến lửa.

CHƯƠNG 6

Tầm nhìn thứ ba: 1982 — Sự đầu hàng

Isa đã chứng kiến đủ những điều khiến một người yếu đuối hơn phải nao núng.
Ông đã từng chứng kiến các thầy dạy Hồi giáo bị hành hạ.
Ông đã từng thấy thiên đường. Ông đã chứng kiến cái chết của vị imam đã hướng dẫn ông trong những bí mật tâm linh. Tuy nhiên, không sự kiện nào trong số đó làm lung lay lòng trung thành của ông.
Sự hình thành bên trong anh ta quá sâu sắc.
Ông được tôi luyện qua việc nhịn ăn từ năm tuổi.
Qua những chu kỳ cầu nguyện vượt quá bổn phận. Qua những bài tập rèn luyện khắc nghiệt. Qua những lời khẩn cầu thầm kín. Qua việc lặp đi lặp lại những câu thơ định hình thế giới theo những phạm trù tuyệt đối.
Hồi giáo không chỉ là một hệ thống tín ngưỡng mà ông theo đuổi.
Nó là nền tảng cốt lõi trong bản sắc của ông.
Rồi đến năm 1982.
Ông mô tả đó là cuộc đối đầu thứ ba và cũng là cuối cùng.
Ông ta đang ở bang Borno . Tư tưởng hiếu chiến vẫn không hề suy giảm. Vẫn còn đó những kế hoạch, những cuộc diễn tập, những chiến lược. Ông ta không hướng về Cơ Đốc giáo. Ông ta không tò mò. Ông ta không tìm kiếm.
Ông ấy đã nói thẳng thừng: không đời nào ông ấy tin vào Chúa Giê-su nếu không có điều gì đó vượt ngoài sức tưởng tượng — "siêu, siêu" theo lời ông ấy.
Cuộc gặp gỡ diễn ra đột ngột.

Ông mô tả việc mình đang ngồi — rồi rơi vào trạng thái mà ông gọi là xuất thần.
Môi trường vật chất xung quanh anh ta dần biến mất.
Rồi ông nhìn thấy Ngài.
Chúa Giê-su.
Ông mô tả Chúa Giê-su với ngọn lửa — không phải là sự ấm áp mang tính biểu tượng, mà là sự hiện diện rực cháy.
Ông nói ngọn lửa trên Ngài rất mãnh liệt. Cuộc gặp gỡ không hề dịu dàng. Nó quá sức chịu đựng.
Rồi tầm nhìn thay đổi.
Địa ngục mở ra.
Ông ấy nói rằng ông ấy đã nhìn thấy điều đó rất rõ ràng.
Ngọn lửa.
Sự đau khổ. Nỗi thống khổ.
Anh ấy nhận ra nhiều khuôn mặt.
Anh ấy đã gặp những người quen biết.
Ông ấy đã gặp các giáo viên Hồi giáo.
Ông ấy đã gặp những người mà ông ấy kính trọng.
Anh ấy đã nhìn thấy ông nội mình.
Đây không phải là lý thuyết thần học.
Đây là sự công nhận.
Những người mà ông tin tưởng đang an toàn giờ đây đang bốc cháy.
Ông ta được dạy dỗ để tin rằng lòng trung thành với đạo Hồi sẽ đảm bảo được thiên đường.
Nhưng trong giấc mơ mà ông kể lại, họ đang phải chịu đựng sự giày vò.
Cuộc chạm trán không dừng lại ở đó.
Ông ấy nói rằng sau đó ông ấy được cho thấy thiên đường.
Ông ấy mô tả cấu trúc, trật tự, sự tươi sáng và sự bình yên.
Anh ta đã được huấn luyện để chết vì những gì mình tin tưởng.
Anh ta được dạy rằng tử đạo là sự thăng hoa. Rằng cái chết trong thánh chiến là sự thăng cấp.

Ông ta không hề sợ chết.
Ông ấy đã hoan nghênh điều đó.
Vậy nên cuộc đối đầu này không phải xuất phát từ nỗi sợ cái chết.
Đó là về việc vạch trần sự lừa dối.
Anh ấy nói rằng vào khoảnh khắc đó, mọi thứ bên trong anh ấy đều tan vỡ.
Không phải dần dần.
Không phải về mặt cảm xúc.
Về mặt cấu trúc.
Cấu trúc tư tưởng đã sụp đổ.
Ông ta đã đầu hàng.
Năm 1982, Isa đã hiến dâng cuộc đời mình cho Chúa Giê-su Ki-tô.
Người chiến binh bảo vệ đạo Hồi đã từ bỏ quyền lực.
Nhưng đầu hàng không mang lại hòa bình.
Nó đã châm ngòi cho chiến tranh.

CHƯƠNG 7

Tôi Thấy Lửa Từ Trời Xuống — Người Cố Vấn

Trước khi có xung đột, đã có sự tin tưởng.
Vị imam đã biết Isa từ thuở nhỏ. Ông đã chứng kiến cậu lớn lên. Ông đã sửa lỗi phát âm, rèn luyện trí nhớ và định hình tư thế cầu nguyện của cậu. Ông không chỉ là người hướng dẫn thỉnh thoảng; ông là người có ảnh hưởng sâu sắc đến sự hình thành nhân cách của cậu.
Dưới sự hướng dẫn của ông, Isa học được tính kỷ luật — không phải đức tin hời hợt, mà là sự tận tâm có kỷ luật.
Ông học cách đọc thuộc lòng, cách giải thích, cách kiên trì.
Nhưng ngoài những lời dạy công khai, còn có những tầng sâu hơn. Những thực hành không được thảo luận công khai.
Những lời cầu nguyện. Những bài tập tâm linh. Điều mà sau này Isa không ngần ngại mô tả là "phần bí mật sâu xa hơn".
Đối với một cậu bé khao khát sự nghiêm túc, đây chính là quyền lực.
Vị imam không chỉ đơn thuần là một nhà lãnh đạo tôn giáo.
Ông còn là người nắm giữ tri thức. Một người được tin tưởng giao phó những điều mà người khác không thể tiếp cận.
Vậy nên khi căng thẳng bắt đầu gia tăng trong hành trình tâm linh của Isa, đó không phải là căng thẳng với người lạ.
Đó là căng thẳng với người đã nhào nặn nên con người anh.
Và rồi sự gián đoạn đã xảy ra.

Isa chưa bao giờ làm dịu nhẹ ngôn từ khi miêu tả những gì mình đã thấy. Ông không trình bày nó như một giấc mơ, cũng không phải là một phép ẩn dụ. Ông nói thẳng thắn: "Tôi thấy lửa từ trời rơi xuống."

Ông ấy miêu tả những cỗ xe ngựa.

Những cỗ xe lửa.

Đi xuống.

Anh ta đã chứng kiến nó tấn công.

Vị imam ngã quỵ.

Những người khác không mô tả những gì ông ấy đã mô tả. Những người ở gần đó sau này nói về những vết mụn nhọt xuất hiện trên cơ thể vị imam. Sưng tấy. Biểu hiện vật lý. Họ không nói về lửa. Họ không nói về xe ngựa.

Isa nhấn mạnh sự khác biệt này:

Ông ấy nhìn thấy lửa.

Họ nhìn thấy những vết mụn nhọt.

Vị imam đã qua đời.

Khoảnh khắc ấy đã làm vỡ vụn một điều gì đó bên trong anh.

Đây là người đã giới thiệu cho anh ta những thực hành bí truyền, người nắm giữ quyền lực tối cao trong hệ thống đó. Nếu quyền lực đó có thể bị đánh đổ — nếu cấu trúc tâm linh đó có thể bị xuyên thủng — thì một điều gì đó lớn lao hơn đang diễn ra.

Nhưng đây chính là điều làm cho câu chuyện trở nên chân thực.

Ông ấy không cải đạo vào ngày hôm đó.

Không có sự đầu hàng ngay lập tức. Không có sự thay đổi lòng trung thành tức thì. Không có sự suy sụp về mặt cảm xúc để chuyển sang một đức tin mới.

Thay vào đó, một điều nguy hiểm hơn đã xảy ra.

Anh ta trở nên cứng rắn hơn.

Cuộc đối đầu không làm anh mềm yếu đi. Nó càng làm anh thêm quyết tâm. Khi một hệ thống lung lay, một số người bỏ chạy. Số khác lại càng quyết tâm hơn. Isa càng quyết tâm hơn. Kỷ luật của anh được tăng cường. Quyết tâm của anh được củng cố. Bản sắc chiến binh của anh được mài giũa sắc bén hơn.

Ngọn lửa đã phơi bày một điều gì đó — nhưng việc phơi bày không tự động dẫn đến sự phục tùng.

Ngày hôm đó, người ra đi không chỉ là một người thầy.

Đó là điều chắc chắn.

Nhưng sự sụp đổ của niềm tin chắc chắn không có nghĩa là sự sụp đổ của lòng trung thành — ít nhất là không ngay lập tức.

Ngọn lửa được bắn ra một cách chính xác. Đó không phải là màn trình diễn phô trương trước đám đông. Đó là sự can thiệp có chủ đích nhằm vào một người đàn ông mà nền tảng của ông ta được xây dựng trên uy quyền của người thầy đó.

Thế nhưng, ngay cả sau khi chứng kiến ngọn lửa.

Ngay cả sau khi đã chứng kiến cái chết.

Ngay cả sau khi cảm nhận được sự gián đoạn.

Ông tiếp tục.

Đó là lý do tại sao cuộc đối đầu tiếp theo phải sâu sắc hơn.

Không phải là lửa từ bên ngoài. Không phải là sự biểu hiện hữu hình. Mà là thứ gì đó có thể xuyên thấu qua cấu trúc, đi sâu vào chính lòng trung thành.

Ngọn lửa đã thiêu rụi người cố vấn.

Nhưng sự đầu hàng vẫn sẽ diễn ra.

CHƯƠNG 8

Chín lần họ cố gắng giết anh ta.

Khi Isa đầu hàng vào năm 1982, cuộc chiến tâm linh vẫn chưa lắng xuống.
Nó nổi lên.
Ông ta đã chuyển từ người trong cuộc sang kẻ thù.
Ông ấy không còn chỉ là một người Hồi giáo nữa.
Ông ta không còn chỉ là một chiến binh nữa.
Ông từng là một nhà chiến lược, nay trở thành người rao giảng về Chúa Kitô.
Và điều đó khiến hắn trở nên nguy hiểm.
Ông ấy đã tuyên bố rõ ràng: đã có chín vụ ám sát nhằm vào ông.
Không phải lời đe dọa.
Những nỗ lực.
Cuộc tấn công lớn đầu tiên có sử dụng súng.
Ông mô tả việc bị các chiến binh thánh chiến đối đầu trực diện. Đây không phải là những kẻ thù xa lạ. Một số người trong số họ hiểu ông là ai. Họ biết về quá trình huấn luyện của ông. Họ biết vai trò của ông. Họ biết về tư duy chiến lược của ông.
Đã có tiếng súng nổ.
Ông kể lại rằng đạn đã găm vào người ông.
Trong vụ tấn công, đầu anh ta còn bị đánh mạnh bằng vật kim loại. Anh ta mô tả cú đánh rất mạnh. Máu chảy ra ngay lập tức và rất nhiều. Kiểu chảy máu khiến những người chứng kiến chắc chắn rằng hộp sọ đã bị vỡ.
Anh ta gục ngã.
Những người có mặt đều cho rằng ông ta đã chết.
Ông ta được đưa lên xe như thể mọi việc đã xong xuôi.

Đã vận chuyển.
Bị loại bỏ trong sự mong đợi.
Nhưng ông ấy không chết.
Bất chấp máu chảy lênh láng trên đầu, bất chấp tiếng súng, bất chấp cuộc tấn công — anh ấy vẫn sống sót.
Sau đó, ông kể lại rằng các viên đạn đã được lấy ra khỏi cơ thể ông.
Ông ấy đã sống sót.
Ông cho rằng sự sống sót đó không phải là do may mắn, mà là do sự can thiệp.
Nỗ lực lớn tiếp theo đến từ việc đầu độc.
Anh ấy được cho ăn.
Anh ta ăn nó mà không hề nghi ngờ gì.
Những người chuẩn bị nó dự đoán rằng mạng sống của anh ta sẽ kết thúc trong vòng vài giờ.
Họ chờ đợi.
Ông ấy không gục ngã.
Họ đã đợi lâu hơn.
Ông ta vẫn còn sống.
Theo lời kể của ông, những kẻ đã đầu độc ông sau đó quay lại và thú nhận những gì mình đã làm. Họ tưởng sẽ thấy một xác chết. Thay vào đó, họ thấy ông vẫn còn sống.
Ông mô tả kết quả đó là hoàn toàn trái ngược với sự hủy diệt.
Thay vì suy yếu, ông ấy nói rằng cơ thể mình đã trở nên mạnh mẽ hơn.
Những kẻ tấn công anh ta không coi đây là sự hồi phục bình thường.
Điều đó càng làm gia tăng sự thù địch.
Các nỗ lực vẫn tiếp tục.
Ông ấy mô tả việc mình bị săn đuổi.
Ông ấy mô tả sự di chuyển từ nơi này sang nơi khác.
Ông mô tả việc thuyết giảng ở các làng mạc và rời đi trước khi lực lượng trả thù kịp tổ chức.

Ông ta mô tả việc hoạt động một cách kín đáo là vì sự gần gũi với những người tin đạo khiến họ gặp nguy hiểm. Người Kitô giáo sợ liên hệ với ông ta vì quá khứ của ông ta khiến ông ta trở thành mục tiêu của những phản ứng bạo lực.
Ông ấy nói rằng việc cải đạo một người Hồi giáo là một cuộc chiến.
Việc giữ chân người đã tin theo lại là chuyện khác.
Sự thù địch đó không phải là thù địch về mặt cảm xúc.
Đó là một chiến lược.
Ông ấy nói rằng các hệ thống và cấu trúc chính phủ đã can thiệp ở một số cấp độ nhất định. Áp lực gia tăng vượt ra ngoài phạm vi của các phần tử cực đoan đơn lẻ.
Đã có lúc, mức độ nghiêm trọng của mối đe dọa đòi hỏi phải có sự can thiệp.
Ông kể lại rằng các thỏa thuận ở cấp tổng thống đã tạo điều kiện thuận lợi cho việc ông được sơ tán đến Hoa Kỳ.
Việc cần phải loại bỏ không phải vì sự tiện lợi.
Đó là để sinh tồn.
Sau đó, bệnh nhân được chăm sóc y tế.
Ông ấy đã sống sót.
Ông ấy đã mô tả rõ ràng mô hình này:
Đạn không thể hạ gục anh ta.
Thuốc độc không thể giết chết ông ta.
Cuộc phục kích không kết liễu được hắn.
Chín lần thử.
Chín lần thất bại.
Ông cho rằng mỗi sự việc đều là nhờ sự che chở của thần thánh.
Người chiến binh từng dẫn đầu cuộc thánh chiến giờ đây đứng trên cương vị một nhà lãnh đạo Cơ đốc giáo, luôn phải đối mặt với mối đe dọa thường trực.
Thế nhưng, ông ta vẫn còn sống.

CHƯƠNG 9

Những đệ tử bí mật và lòng trung thành ngầm

Sau những vụ ám sát hụt, sau những viên đạn và chất độc, sau khi phải di dời và sống sót, cuộc đời của Isa bước vào một trạng thái căng thẳng khác.
Việc thuyết phục công chúng là một cuộc chiến.
Lòng trung thành bền vững trong môi trường thù địch là một khía cạnh khác.
Trong lời khai của mình, ông đã mô tả sự phức tạp của việc phải ở lại trong những môi trường mà việc tiếp xúc có thể dẫn đến cái chết ngay lập tức—không chỉ đối với ông mà còn đối với những người khác có liên quan đến ông.
Ông ấy nói về việc hành động một cách kín đáo.
Ông nói về sự giao lưu hạn chế vì các tín đồ lo sợ sự gần gũi có thể khiến họ trở thành mục tiêu.
Ông mô tả cuộc sống của mình là "ở thế lưỡng lự" — ban đầu không được người Cơ đốc giáo hoàn toàn tin tưởng vì quá khứ là một chiến binh cực đoan, và bị các phần tử thánh chiến truy lùng vì lòng trung thành mới của mình.
Điều này giới thiệu một khía cạnh thường bị hiểu sai về việc trở thành môn đệ:
Lòng trung thành ngầm không nhất thiết là sự thỏa hiệp.
Kinh thánh cũng ghi lại những mô hình tương tự.
Nicôđêm đến vào ban đêm.
Joseph xứ Arimathea đã bí mật theo dõi cho đến lúc chôn cất.
Esther đã giấu kín thân phận cho đến khi thời điểm thích hợp.

Naaman đã thề trung thành với Đức Chúa Trời của Israel ngay cả khi đang đứng cạnh một vị vua trong một ngôi đền ngoại quốc.
Việc âm thầm trở thành môn đệ không phải là sự chối bỏ.
Đó là cuộc chiến sinh tồn trong bối cảnh lòng trung thành thay đổi nội bộ.
Tại những vùng lãnh thổ mà Hồi giáo chi phối cấu trúc xã hội và chính trị, một số người cải đạo không lập tức rời bỏ môi trường sống của họ.
Một số người vẫn tiếp tục đến các công trình kiến trúc nhà thờ Hồi giáo bên ngoài trong khi tâm hồn vẫn cầu nguyện qua Chúa Kitô.
Đây không phải là sự nhầm lẫn về thần học.
Đó là chiến lược sinh tồn.
Isa đã mô tả thực tế rằng việc cải đạo một người Hồi giáo là một cuộc đối đầu.
Việc giữ cho người cải đạo đó luôn vững vàng trong đức tin là một chuyện khác.
Cuộc chiến không kết thúc ở lời thú tội.
Nó ngày càng dữ dội hơn.
Có những tín đồ vẫn trung thành với hệ thống dù lòng trung thành đã thay đổi.
Họ cầu nguyện theo cách khác.
Họ tin theo cách khác. Họ tuyên xưng Chúa Kitô trong lòng.
Họ hành động cẩn trọng.
Đây không phải là những cấu trúc hư cấu.
Họ đang sống trong căng thẳng tại những khu vực thù địch.
Câu chuyện của Isa không cho rằng những màn kịch trước công chúng là hình thức duy nhất của lòng chung thủy.
Điều đó chứng tỏ lòng trung thành trước hết là về mặt tinh thần, sau đó mới là về mặt thể hiện ra bên ngoài.
Một số môn đệ phải hành động lặng lẽ.
Một số người phải di dời công khai.

Khả năng phân biệt điều gì là cần thiết không phải là điểm yếu, mà là sự trưởng thành.
Những chiến binh từng được huấn luyện để tiêu diệt người Kitô hữu giờ đây đã hiểu ra một điều khác:
Không phải trận chiến nào cũng diễn ra bằng cách phơi bày mọi thứ.
Một số cuộc chiến đòi hỏi sức bền.

CHƯƠNG 10

Từ sinh tồn đến cấu trúc: Nhiệm vụ của Bộ

Chỉ sống sót thôi thì chưa đủ để tạo nên di sản.
Nhiều người sống sót sau các vụ tấn công.
Rất ít người xây dựng được các thể chế sau đó.
Sau những vụ ám sát hụt, sau cuộc sơ tán, sau quá trình hồi phục y tế, sau nhiều năm rao giảng trong sự đe dọa, câu chuyện của Isa không kết thúc bằng việc lẩn trốn.
Nó đã chuyển sang giai đoạn cấu trúc.
Ông ấy không xây dựng hình ảnh cá nhân.
Ông ấy đã xây dựng một công trình theo yêu cầu.
Ủy ban đó được gọi là **Tổ chức Truyền giáo Kinh thánh Tin Lành Quốc tế (EBOMI)** .

Nhiệm vụ của nó, như đã được công khai, rất rõ ràng:
Mục tiêu là huy động, đào tạo, trang bị và trao quyền cho các tín đồ, các nhà lãnh đạo nhà thờ, các công chức và các nhân vật chính trị để họ bước vào vận mệnh tiên tri của mình và rao giảng điều mà tổ chức này mô tả là Phúc Âm thuần khiết — thúc đẩy sự phát triển của Vương quốc Chúa Trời thông qua sự cầu thay và sự phục hưng.
Ngôn ngữ trong hoạt động mục vụ phản ánh một chủ đề xuyên suốt cuộc đời ông: người canh gác.
Trang web này trích dẫn Ezekiel 33:7, Ezekiel 22:26–30 và Isaiah 62:6 — những đoạn Kinh Thánh kêu gọi những người canh gác đứng vào chỗ trống khi các hệ thống sụp đổ.
Thông điệp không phải là Cơ Đốc giáo thụ động.
Đó là trách nhiệm.
Ông ấy đã công khai tuyên bố:
"Khi tôi được cứu thoát khỏi chủ nghĩa thánh chiến Hồi giáo, Đức Chúa Trời phán với tôi rằng: 'Này con trai, hãy đi và khích lệ những người canh gác chiếm lấy vị trí của họ để ta không tiêu diệt loài người.'"
Ngôn ngữ rất trực tiếp.
Nhiệm vụ này mang tính đối đầu.
Trọng tâm là việc phục hồi các "di tích cổ".
Trụ sở chính của EBOMI đặt tại Jos, bang Plateau, Nigeria.
Nó hoạt động như sau:

- Một hoạt động mục vụ của nhà thờ.
- Một ủy ban đào tạo.
- Một nền tảng phục hưng.
- Một cấu trúc huy động mang tính tiên tri.

Nhưng câu chuyện không chỉ dừng lại ở việc thuyết giảng.
Còn một khía cạnh thứ hai nữa: sự tham gia nhân đạo.
Thông qua **Quỹ El- Buba** , hoạt động tiếp cận cộng đồng được mở rộng sang các dịch vụ thiết thực.
Bạn đã nêu rõ — và điều này cần được lưu ý cẩn thận — rằng hơn 80% người hưởng lợi là người Hồi giáo.

Chi tiết đó rất quan trọng.

Cựu chiến binh này hiện đang cung cấp thức ăn, giáo dục và hỗ trợ các cộng đồng chủ yếu gồm những người thuộc nhóm tôn giáo mà ông từng bảo vệ bằng bạo lực.

Tổ chức này hoạt động với các mục đích sau:

- Các cơ sở giáo dục.
- Các sáng kiến nông nghiệp.
- Các trang trại và đất đai được phân bổ để canh tác.
- Hỗ trợ người nghèo và người có hoàn cảnh khó khăn.

Nhiều người được ủng hộ là người Hồi giáo.

Đây không phải là lời lẽ mang tính ý thức hệ.

Đó là sự đảo ngược về mặt xã hội.

Người đàn ông từng được huấn luyện để phá hủy nhà thờ giờ lại điều hành các trường học.

Cựu chiến binh thánh chiến này hiện đang cung cấp đất nông nghiệp cho người nghèo.

Phục vụ thay thế cho sự hung hăng.

Cấu trúc thay thế cho chủ nghĩa quân phiệt.

Cung cấp thay thế cho bạo lực.

Ngay cả trong chính gia đình ông, câu chuyện về sự chia rẽ và chung sống vẫn còn đó.

Bạn đã lưu ý rằng gia đình anh ấy vẫn chia rẽ — một số theo đạo Hồi, một số theo đạo Cơ đốc — nhưng họ vẫn ăn cơm cùng nhau.

Chi tiết đó rất quan trọng.

Điều này chứng tỏ rằng sự chuyển đổi không xóa bỏ được mối liên hệ giữa các cá nhân.

Lòng trung thành thay đổi. Nhưng
phẩm giá con người vẫn còn đó.

Chương này rất quan trọng vì nó giúp câu chuyện không chỉ dừng lại ở việc bị bức hại.

Nó cho thấy quả.

Nó thể hiện cơ sở hạ tầng.

Điều này thể hiện sự liên tục về mặt thể chế.
Điều này cho thấy rằng sự rèn luyện kỷ luật, khi được định hướng đúng đắn, có thể xây dựng xã hội thay vì phá hoại nó.

KẾT LUẬN PHẦN I

Hậu quả của lòng trung thành

Một đứa trẻ năm tuổi tuyệt thực.
Một thiếu niên hiếu chiến. Một người thầy bị thiêu sống.
Một người đàn ông từng chứng kiến địa ngục. Một cuộc đầu hàng năm 1982. Chín lần ám sát hụt. Đạn. Thuốc độc. Sơ tán. Sống sót.
Và sau đó—
Trường học.
Nông trại. Công tác nền tảng. Lực lượng bảo vệ được huy động. Cộng đồng Hồi giáo được phục vụ. Một gia đình chia rẽ vẫn cùng ngồi ăn trên một bàn.
Câu chuyện không hề ca ngợi bạo lực.
Nó phơi bày quá trình hình thành.
Nó không hề lãng mạn hóa sự đàn áp.
Nó thể hiện sức bền bỉ.
Nó không coi sự cải đạo như một sự trốn thoát.
Nó trình bày điều đó như một sự chuyển đổi lòng trung thành kèm theo hậu quả.
Giờ câu hỏi lại quay trở lại với người đọc:
Nếu kỷ luật quân sự có thể dẫn đến sự hủy diệt, thì lòng trung thành có kỷ luật đối với Chúa Kitô có thể xây dựng nên điều gì ?
Phần II không phải là gợi ý.
Đó là phản hồi.

Những Thư Tín Sống Động – Chuỗi Bài Giảng 40 Ngày - Bài Học số 3 BẮT ĐẦU… >>>>>

CÁCH SỬ DỤNG BÀI THIỀN ĐỊNH NÀY

Cẩm nang hình thành nhân cách dành cho cá nhân, gia đình và cộng đồng.

Hành trình 40 ngày này không được thiết kế để tiêu thụ hết.
Nó được thiết kế để định hình con người bạn.
Đây không phải là lịch đọc sách.
Đây là một lộ trình hình thành nhân cách.
Hãy hành động chậm rãi.
Hãy hành động trung thực. Hãy hành động thận trọng.

DÀNH CHO CÁ NHÂN

Cuốn sách hướng dẫn tâm linh này được viết ra để bạn sống trọn vẹn từng ngày.
Không tăng tốc.
Không chồng chất. Không vội vàng.
Gợi ý nhịp điệu hàng ngày (20-30 phút)
Mỗi ngày bao gồm:
• Một cốt truyện dẫn dắt
• Hai đoạn Kinh Thánh (Cựu Ước và Tân Ước) • Bài học • Câu hỏi suy ngẫm • Lời tuyên bố • Lời cầu nguyện • Bước hành động

Hãy xem xét chúng theo thứ tự này:
1. Đọc chậm
Đừng đọc lướt.
Đừng tìm kiếm những điểm nổi bật. Hãy đọc như thể cuộc đời bạn đang được soi xét — bởi vì thực tế đúng là như vậy.
2. Hãy dành thời gian suy ngẫm Kinh Thánh
Nếu có thể, hãy đọc to cả hai đoạn văn.
Hãy chú ý đến sự căng thẳng. Hãy chú ý đến sự phản kháng.
Hãy chú ý đến niềm tin.
Đừng tự bào chữa cho mình trước Lời Chúa.
3. Suy ngẫm mà không cần trình diễn
Những câu hỏi này không phải để phô trương trí tuệ.
Chúng là những tấm gương phản chiếu.
Hãy trả lời ngắn gọn.
Hãy trả lời thành thật. Bạn không bị chấm điểm — bạn đang được rèn luyện.
4. Tuyên bố với ý định
Những tuyên bố này không phải là những lời động viên.
Chúng là những lời khẳng định sự phù hợp.
Hãy nói chậm rãi.
Hãy để ý chí của bạn đồng ý trước khi cảm xúc dẫn dắt.

5. Tuân thủ bước hành động
Mỗi ngày đều bao gồm một hành động vâng lời nhỏ.
Hãy làm điều đó một cách lặng lẽ.
Đừng công bố nó.
Đừng đăng tải nó. Đừng làm quá lên.
Sự hình thành diễn ra trong sự vâng phục thầm lặng.

Tư thế dành cho sử dụng cá nhân
Để bài suy niệm này phát huy tác dụng:
• Chỉ đọc một ngày mỗi ngày
• Chống lại sự thôi thúc muốn đọc trước • Đừng tìm kiếm trải nghiệm cảm xúc — hãy tìm kiếm sự hài hòa • Chỉ ghi nhật ký những gì giúp bạn tuân phục • Nếu một ngày nào đó khiến bạn cảm thấy day dứt sâu sắc, hãy ở lại đó trong 24-48 giờ
Sự chuyển đổi không được đo bằng tốc độ.

DÀNH CHO GIA ĐÌNH

Hành trình này cũng có thể được sử dụng trong các gia đình đang đối mặt với sự khác biệt về niềm tin, căng thẳng giữa các thế hệ hoặc cấu trúc tín ngưỡng được thừa hưởng.

Một nhịp điệu được đề xuất:

• Mỗi người hoàn thành bài đọc hàng ngày một cách độc lập

• Mỗi tuần một lần, chỉ chia sẻ những gì bạn đã đọc và suy ngẫm • Không sửa lỗi. Không giảng dạy. Không tranh luận. Hãy tôn trọng quy trình.

Sự hình thành không thể tồn tại sau tranh luận.

DÀNH CHO CÁC NHÓM NHỎ VÀ CÁC NHÓM MÔN ĐỆ HÓA

Bài suy niệm này có tác dụng mạnh mẽ trong:
• Nhóm lãnh đạo
• Cộng đồng cầu nguyện • Nhóm cầu thay • Nhóm môn đệ hóa • Vòng tròn hình thành tâm linh

Cấu trúc được đề xuất

Thay vì gặp nhau hàng ngày, các nhóm nên:
• Hoàn thành năm ngày tĩnh nguyện riêng tư
• Tập hợp lại một lần mỗi tuần • Dành một ngày để nghỉ ngơi hoặc bù lại thời gian đã mất

Điều này cho phép sự vâng lời được thực hành cá nhân và được xử lý trong cộng đồng.

Một buổi tập nhóm kéo dài 60-90 phút.

1. Năm phút im lặng.

Không cập nhật thông tin. Không thông báo. Hãy để không gian lắng xuống.

2. Suy ngẫm chung (Không bình luận)

Mỗi người chỉ trả lời: • Điều gì đã khiến tôi nhận ra sai lầm trong tuần này? • Tôi đã chống đối ở điểm nào? • Chúa đã làm sáng tỏ điều gì?

Không dạy dỗ.

Không sửa chữa. Không tranh luận.

3. Đọc lại Kinh Thánh:

Đọc to lại một đoạn Kinh Thánh Cựu Ước và một đoạn Kinh Thánh Tân Ước.

Hãy hỏi:
• Cần điều chỉnh như thế nào? • Loại quả nào đang bắt đầu hình thành?

4. Cầu nguyện

Hãy cầu xin sự vâng phục — chứ không phải sự an ủi. Hãy cùng nhau tuyên bố sự đồng thuận.

Các cam kết của nhóm (không thể thương lượng)
Để môi trường này vẫn duy trì vai trò là môi trường hình thành:

• Không sửa lỗi cho nhau
• Không giảng dạy không được yêu cầu • Không đưa ra lời khuyên trừ khi được mời • Không chia sẻ thông tin bên ngoài nhóm • Không so sánh về mặt tâm linh

Đây là vùng đất linh thiêng.
Hãy bảo vệ nó.

DÀNH CHO CÁC NHÀ LÃNH ĐẠO VÀ NGƯỜI ĐIỀU PHỐI

Nếu bạn đang hướng dẫn người khác trải qua hành trình này:
Vai trò của bạn không phải là thống trị.
Vai trò của bạn là duy trì nhịp độ và bầu không khí của trận đấu.
• Hãy làm gương về sự trung thực
• Cho phép sự im lặng • Đừng vội vàng trong những khoảnh khắc khó xử • Tránh biến sự suy ngẫm thành bài giảng
Cuốn sách này rèn luyện nhân cách trước khi hình thành năng lực.
Nếu năng lực tăng lên mà thiếu đi bản sắc, sự sụp đổ sẽ xảy ra.

CUỐN SÁCH NÀY LÀ GÌ — VÀ KHÔNG PHẢI LÀ GÌ

Cuốn sách này là:
• Một lộ trình hình thành có cấu trúc
• Một công cụ môn đệ hóa • Một sự đối đầu về lòng trung thành • Một môi trường rèn luyện sức chịu đựng
Cuốn sách này không phải là:
• Sách giáo khoa thần học
• Sách hướng dẫn tâm linh • Nghiên cứu tập trung vào nhân cách • Một bức tranh về lời chứng
Nó được thiết kế để tạo ra dấu vết — chứ không phải ấn tượng.

Lời cuối cùng

Dù bạn trải qua hành trình này một mình hay cùng cộng đồng, trách nhiệm vẫn như nhau:
Bạn không cần phải ngưỡng mộ câu chuyện này.
Bạn được yêu cầu xem xét lại lòng trung thành của mình.

Đọc chậm rãi.
Tuân lệnh trong im lặng. Kiên trì chịu đựng.
Cả thế giới đang dõi theo cuộc sống của bạn.
Trở nên dễ đọc.

PHẦN II

HÀNH TRÌNH 40 NGÀY KIÊN TRÌ CHIẾN LƯỢC

Được chế tạo để chống cháy - Trách nhiệm của người canh gác

Chủ đề của Người canh gác không phải là ngôn ngữ thơ mộng.
Đó là trách nhiệm.
Ê-xê-chi-ên 33:7 nói về người nhìn thấy nguy hiểm và phải lên tiếng.
Sứ mệnh của Isa mô tả thế hệ này như một thế hệ mà các thầy tế lễ thỏa hiệp, các nhà tiên tri lạc lối, các nhà lãnh đạo áp bức và người dân từ bỏ sự thánh thiện.
Thất bại không chỉ xảy ra ở phía lãnh đạo.
Đó là một trong số những người canh gác đã bỏ vị trí làm việc.
Phần II không phải là sự ngưỡng mộ.
Đó là vấn đề định vị.
Trong vòng bốn mươi ngày, bạn sẽ xây dựng những thứ mà có thể bạn đã bỏ bê.
Bạn sẽ không theo đuổi cảm xúc.
Bạn sẽ theo đuổi cấu trúc.

Bạn sẽ không theo đuổi kinh nghiệm.
Bạn sẽ rèn luyện sức bền.
Các bạn không được bắt chước chủ nghĩa quân phiệt.
Các bạn phải trau dồi lòng trung thành có kỷ luật.
Đây không phải là chuyện nói to.
Điều quan trọng là đạt được sự ổn định.
Bốn mươi ngày tiếp theo không chỉ mang tính biểu tượng.
Chúng mang tính kiến trúc.
Phần I đã cho các bạn thấy một cuộc sống được tôi luyện trong chiến tranh.
Phần II sẽ giúp bạn xây dựng một công trình có thể đứng vững khi hỏa hoạn xảy ra.
Hãy lật trang.

NGÀY 1

Sự hình thành trước khi xảy ra hỏa hoạn

Người dẫn chuyện

Trước khi Ê-sai nhìn thấy thiên đường.
Trước khi hắn nhìn thấy địa ngục.
Trước khi ông nhìn thấy lửa từ trời rơi xuống.
Trước khi anh ta thoát chết trong gang tấc.
Ông ấy đã được hình thành.
anh đã xây dựng cấu trúc trong nhà.
Việc cầu nguyện được thực hiện một cách kỷ luật. Lịch trình sinh hoạt là không thể thương lượng. Sự nghiêm túc trong tôn giáo được thực thi nghiêm ngặt.
Từ năm năm tuổi, trẻ đã bắt đầu nhịn ăn.

Đến tuổi thiếu niên, sự lặp lại đã trở thành bản sắc của tôi.
Khi khủng hoảng ập đến, ông ấy không phản ứng một cách ngẫu nhiên.
Ông ấy phản ứng theo chiến thuật đã được vạch sẵn.
Ngọn lửa không tạo ra sức mạnh.
Sự hình thành đã diễn ra.

Điểm tựa Kinh Thánh
Cựu Ước
"Nếu nền móng bị phá hủy, người công chính có thể làm gì?"
— Thi thiên 11:3
Lửa làm lộ phần móng nhà.
Tân Ước
"Ai nghe những lời này của Ta và làm theo… thì giống như người khôn ngoan xây nhà trên đá."
— Ma-thi-ơ 7:24
Sức chịu đựng được xây dựng trước khi bão tố ập đến.

Bài học
Bạn sẽ không thể đạt đến tầm cao mà mình mong muốn.
Bạn sẽ rơi xuống cấp độ của đội hình mà bạn đang nắm giữ.
Sự hình thành ban đầu của Isa đã mang đậm tính hiếu chiến.
Sau đó, kỷ luật Kitô giáo phải tái thiết lại cấu trúc.
Bài học dành cho bạn:
Niềm tin hời hợt sụp đổ dưới áp lực.
Đức tin có kỷ luật sẽ vượt qua được thử thách.
Bạn không thể chờ đến khi khủng hoảng mới xây dựng nền tảng.

Câu hỏi suy ngẫm

1. Nền tảng tâm linh hiện tại của tôi được xây dựng trên điều gì?

2. Nếu gặp phải sự đàn áp hay áp lực, những thói quen nào sẽ giúp tôi vượt qua?
3. Lời cầu nguyện của tôi là có kỷ luật hay là cảm xúc?
4. Tôi có phụ thuộc vào các buổi sinh hoạt nhà thờ nhiều hơn là sự tận tâm cá nhân không?
5. Cấu trúc sinh hoạt hàng ngày nào đang định hình lòng trung thành của tôi?

Hãy viết câu trả lời của bạn.

Tuyên ngôn

Hãy đứng lên và tuyên bố:

"Nền tảng của tôi sẽ không phải là ngẫu nhiên.
Tôi sẽ xây dựng trước khi bão đến. Lòng trung thành của tôi sẽ được xây dựng vững chắc. Niềm tin của tôi sẽ không sụp đổ dưới áp lực."

Lặp lại chậm rãi.

Cầu nguyện có cấu trúc (30 phút)

1. Thờ phượng (10 phút)

Hãy thừa nhận Chúa Kitô là nền tảng của bạn.

2. Ăn năn (10 phút)

Thú nhận những sự bất nhất quán và lười biếng trong đời sống tâm linh.

3. Sự điều chỉnh (10 phút)

Hãy cầu nguyện với Chúa để Ngài giúp bạn xây dựng tính kỷ luật trong cuộc sống hàng ngày.

Điểm hành động

Hôm nay bạn sẽ:

1. Hãy dành một khoảng thời gian cầu nguyện cố định mỗi ngày (tối thiểu 20 phút).
2. Hãy chọn một sách Phúc Âm để đọc đều đặn trong 30 ngày.

3. Hãy loại bỏ một yếu tố gây xao nhãng làm giảm khả năng tập trung.
4. Hãy lập một lịch trình tâm linh cá nhân và dán nó ở nơi dễ thấy.
5. Hãy thông báo cho ai đó rằng bạn đang cam kết phát triển bản thân một cách có kỷ luật.

NGÀY 2

Sức mạnh thầm lặng làm thay đổi bầu không khí

Người dẫn chuyện

Cuộc trò chuyện đầu tiên trong gia đình không hề ồn ào.
Nó không mang tính hiếu chiến.
Nó không mang tính đối đầu. Nó không đòi hỏi sự thay đổi ngay lập tức.
Đó là một người mẹ.
Bà ấy không rời bỏ nhà cửa.
Bà ấy không khởi xướng các cuộc tranh luận công khai. Bà ấy không bỏ bê trách nhiệm.
Cô ấy vẫn ở lại.
Bên trong một ngôi nhà Hồi giáo được tổ chức nghiêm ngặt.
Bên trong căng thẳng. Bên trong rủi ro.
Sự chuyển đổi của bà ấy không bắt đầu bằng tranh luận.
Mọi chuyện bắt đầu từ sự nhất quán.
Đôi khi lịch sử thay đổi không phải bằng vũ lực,
mà bằng sự kiên trì thầm lặng.

Điểm tựa Kinh Thánh
Cựu Ước
"Nhà được xây nhờ sự khôn ngoan, và nhà được vững chắc nhờ sự hiểu biết."
— Châm ngôn 24:3
Không phải mọi nền tảng đều được xây dựng trên sức mạnh.
Một số nền tảng được xây dựng trên sự ổn định.
Tân Ước

"Cũng vậy, hỡi các bà vợ, hãy vâng phục chồng mình, hầu cho dù có người nào không vâng lời Chúa, thì nhờ cách cư xử của vợ mình, người đó cũng được cảm hóa mà không cần lời nói."
— 1 Phi-e-rơ 3:1
Sự chuyển đổi không phải lúc nào cũng diễn ra ồn ào.
Nó thường được quan sát thấy.

Bài học
Quyền lực không phải lúc nào cũng thể hiện ra bên ngoài.
Đôi khi nó vẫn tiếp diễn.
Người mẹ không ép buộc ai cải đạo.
Bà đã nêu gương về niềm tin vững chắc.
Cô ấy không tìm cách trốn tránh khó khăn.
Cô ấy vẫn ở lại trong đó.
Nhiều tín đồ tin rằng trốn thoát chính là đức tin.
Nhưng đôi khi, sự kiên trì chính là niềm tin.
Ngôi nhà của bạn.
Nơi làm việc của bạn. Môi trường xung quanh bạn.
Bạn không thể kiểm soát được cấu trúc xung quanh mình.
Nhưng bạn kiểm soát được tính nhất quán của mình bên trong đó.

Câu hỏi suy ngẫm

1. Chúa đã đặt tôi ở nơi nào mà tôi cảm thấy thù địch hoặc khô khan về mặt tâm linh đến vậy?
2. Phải chăng tôi đã cố gắng trốn tránh thay vì chịu đựng?
3. Liệu hành vi của tôi có phản ánh sự chuyển biến tích cực?
4. Liệu người sống cùng tôi có thể nhận biết Chúa Kitô nếu tôi không rao giảng không?
5. Tôi có nhất quán khi không ai nhìn thấy mình không?

Hãy viết câu trả lời của bạn thật chậm rãi.

Tuyên ngôn

Hãy nói to:

"Tôi sẽ không bỏ vị trí của mình.

Sự kiên định của tôi sẽ được chứng minh. Hành vi của tôi sẽ phản ánh hình ảnh của Chúa Kitô. Tôi sẽ kiên trì đến cùng mà không thỏa hiệp."

Hãy lặp lại điều đó một cách có chủ ý.

Cầu nguyện có cấu trúc (30 phút)

1. Thờ phượng (10 phút)

Cảm ơn Chúa vì những hoàn cảnh Ngài đã đặt bạn vào.

2. Thả lỏng (10 phút)

Giải tỏa sự bực bội của bạn về hoàn cảnh khó khăn.

3. Sức mạnh (10 phút)

Hãy rèn luyện sự kiên nhẫn thầm lặng và niềm tin vững vàng.

Điểm hành động

Hôm nay bạn sẽ:

1. Hãy chọn một mối quan hệ mà ở đó bạn thể hiện tấm gương của Chúa Kitô qua hành vi, chứ không phải qua tranh cãi.
2. Hãy loại bỏ một thói quen phản ứng (than phiền, lời nói gay gắt, né tránh).
3. Hãy viết một câu cam kết về sự nhất quán và dán nó ở nơi dễ nhìn thấy.
4. Hãy cầu nguyện riêng cho một người nào đó xung quanh bạn mà không đồng ý với bạn.
5. Hãy cam kết giữ vững đức tin tại vị trí hiện tại trong 7 ngày tới mà không có bất kỳ sự thay đổi nào.

NGÀY 3

Niềm tin vẫn trường tồn bất chấp lưỡi gươm.

Người dẫn chuyện

Khi niềm tin chuyển từ sự chịu đựng âm thầm sang tuyên bố công khai, phản ứng càng trở nên dữ dội hơn.
Một người con trai đã lựa chọn khác.
Quyết định đó không chỉ mang tính lý thuyết.
Nó đã được công bố rộng rãi.
Và phản ứng nhận được không hề nhẹ nhàng.
Một thanh kiếm được giơ lên.
Cái giá phải trả cho lòng trung thành trở nên rõ ràng ngay lập tức.
Việc kết tội chỉ được dung thứ khi nó diễn ra trong phạm vi riêng tư.
Nó bị phản đối khi trở nên rõ ràng.
Đức tin im lặng thường tránh đối đầu.
Đức tin được bộc lộ sẽ thu hút sự phản kháng.
Lòng trung thành luôn đi kèm với hậu quả.

Điểm tựa Kinh Thánh
Cựu Ước
"Ngày hôm nay, hãy chọn cho mình ai mà các ngươi sẽ phục vụ… Còn ta và nhà ta, chúng ta sẽ phục vụ Đức Giê-hô-va."
— Giô-suê 24:15
Lòng trung thành của công chúng đòi hỏi phải đưa ra quyết định.
Tân Ước

"Quả thật, tất cả những ai muốn sống đời sống tin kính trong Chúa Giê-su Christ đều sẽ chịu bắt bớ."
— 2 Ti-mô-thê 3:12

Niềm tin không phải là trung lập.
Nó khơi gợi phản ứng.

Bài học

Mỗi tín đồ cuối cùng đều phải đối mặt với câu hỏi này:
Lòng trung thành của tôi sẽ chỉ gói gọn trong lòng hay sẽ bộc lộ ra bên ngoài?
Khoảnh khắc niềm tin chuyển từ suy nghĩ thành lời tuyên bố,
áp lực sẽ tăng lên.
Điều này không phải lúc nào cũng có nghĩa là bạo lực thể xác.
Nó có thể có nghĩa là:

- Kháng cự xã hội
- Căng thẳng gia đình
- Giới hạn nghề nghiệp
- Từ chối
- Sự hiểu lầm

Thanh kiếm có thể không phải làm bằng kim loại.
Nhưng nó sẽ là sự thật.
Niềm tin không thể vượt qua sự kháng cự thì vẫn chưa bén rễ.

Câu hỏi suy ngẫm

1. Tôi đã giấu kín đức tin của mình ở những lĩnh vực nào để tránh sự khó chịu?
2. Mối quan hệ nào sẽ thay đổi nếu tôi hoàn toàn minh bạch về lòng trung thành của mình?
3. Tôi đã chuẩn bị tinh thần cho những hiểu lầm chưa?
4. Nỗi sợ hãi nào đang che giấu một phần niềm tin của tôi?
5. Liệu tôi có giữ được bình tĩnh nếu áp suất tăng lên?

Hãy trả lời mà không cường điệu về mặt tâm linh.

Tuyên ngôn

Hãy đứng lên và tuyên bố:

"Lòng trung thành của tôi không có điều kiện.
Tôi sẽ không lung lay niềm tin của mình. Tôi sẽ kiên định dưới áp lực. Tôi công khai và không thỏa hiệp lựa chọn Chúa Kitô."

Hãy nói chậm rãi.

Cầu nguyện có cấu trúc (30 phút)

1. Thờ phượng (10 phút)

Hãy thừa nhận Chúa Kitô là Chúa tể của danh tiếng bạn.

2. Lòng can đảm (10 phút)

Hãy cầu xin sức mạnh để đứng vững mà không thù hận và không sợ hãi.

3. Sự bảo vệ (10 phút)

Cầu nguyện xin sự khôn ngoan và sự che chở thiêng liêng cho lòng trung thành hữu hình.

Điểm hành động

Hôm nay bạn sẽ:

1. Hãy công khai thể hiện lòng trung thành với Chúa Kitô bằng một cách nhỏ nhưng có chủ đích.
2. Hãy từ chối bất kỳ sự thỏa hiệp nào làm suy yếu tính chính trực.
3. Hãy có một cuộc trò chuyện thẳng thắn mà bạn đã né tránh bấy lâu nay.
4. Đọc to chương 24 sách Giô-suê.
5. Hãy cầu nguyện xin sự can đảm, chứ không phải sự an ủi.

NGÀY 4

Khi Thượng Đế Can Thắt Lưỡi Kiếm

Người dẫn chuyện

Thanh kiếm đó là thật.
Ý định đã được quyết định dứt khoát.
Cuộc đình công không mang tính biểu tượng.
Thế nhưng lưỡi kiếm vẫn không chạm tới mục tiêu.
Điều lẽ ra phải kết thúc một mạng sống đã không thành công.
Có những thời điểm trong cuộc sống mà sự can thiệp là điều không thể tránh khỏi.
Khi hoàn cảnh vượt quá khả năng giải thích của con người.
Nơi mà sự sống còn không phải là chiến lược.
Đó là sự gián đoạn.
Trước khi đầu hàng.
Trước khi phục vụ. Trước khi tạo ảnh hưởng đến công chúng.
Đã có sự bảo tồn.
Đôi khi Chúa gìn giữ bạn trước khi bạn hiểu rõ lý do tại sao.

Điểm tựa Kinh Thánh
Cựu Ước
"Không một vũ khí nào chế tạo chống lại ngươi sẽ thành công."
— Ê-sai 54:17
Vũ khí có thể được tạo ra.
Nhưng chúng không phải lúc nào cũng hoàn thành mục đích.
Tân Ước

"Chúa sẽ giải cứu tôi khỏi mọi sự tấn công của ác quỷ và sẽ đưa tôi đến vương quốc thiên đàng của Ngài cách an toàn."
— 2 Ti-mô-thê 4:18

Hành động giải cứu không loại bỏ cuộc tấn công.
Nó vô hiệu hóa cuộc tấn công đó.

Bài học

Sự can thiệp không đồng nghĩa với quyền được hưởng.
Đó là lòng thương xót.
Việc bảo quản không phải là bằng chứng của sự hoàn hảo.
Đó là bằng chứng về mục đích.
Một số người cho rằng sống sót là do may mắn.
Một số người khác lại hiểu đó là vấn đề thời điểm.
Nhưng khi điều gì đó vốn dĩ được tạo ra để hủy hoại bạn lại thất bại,
nó đòi hỏi sự suy ngẫm.
Hãy tự hỏi bản thân:
Tại sao tôi vẫn còn ở đây?
Bạn đã sống sót:

- Tai nạn.
- Sự ốm yếu.
- Sự sụp đổ tài chính.
- Suy sụp tinh thần.
- Những tình huống lẽ ra đã có kết cục khác.

Bảo tồn không phải là một quá trình thụ động.
Nó đi kèm với trách nhiệm.
Nếu bạn được bảo quản,
thì bạn được bảo quản vì một mục đích nào đó.

Câu hỏi suy ngẫm

1. Trong cuộc đời mình, tôi đã từng chứng kiến sự bảo tồn một cách rõ ràng ở những trường hợp nào?
2. Tôi có xem nhẹ vấn đề sinh tồn không?

3. Tôi đã từng hỏi tại sao Chúa lại tha mạng cho tôi chưa?
4. Tôi có đang sống như thể cuộc đời mình có mục đích không?
5. Điều gì đã suýt chút nữa hủy hoại tôi trước đây?

Hãy viết về những khoảnh khắc cụ thể.

Tuyên ngôn

Hãy nói to:

"Tôi được giữ gìn vì một mục đích.
Sự sống còn của tôi không phải là ngẫu nhiên.
Tôi sẽ không lãng phí lòng thương xót của Chúa.
Tôi sẽ sống có chủ đích."

Lặp lại chậm rãi.

Cầu nguyện có cấu trúc (30-35 phút)

1. Lòng biết ơn (10 phút)

Cảm ơn Chúa vì những khoảnh khắc cụ thể mà Ngài đã gìn giữ bạn.

2. Dâng hiến (10 phút)

Hãy thành tâm dâng tương lai của bạn trở lại cho Ngài.

3. Làm rõ vấn đề (10-15 phút)

Hãy hỏi để làm rõ nhiệm vụ được giao.

Điểm hành động

Hôm nay bạn sẽ:

1. Hãy viết ra ba khoảnh khắc cụ thể mà bạn được cứu sống.
2. Hãy chia sẻ một trong những câu chuyện đó với người khác.
3. Hãy loại bỏ một thói quen làm tổn hại đến món quà sinh tồn.
4. Hãy đọc lớn Thi Thiên 23.
5. Hãy dành trọn vẹn một lĩnh vực trong cuộc sống của bạn cho mục đích của Chúa.

NGÀY 5

Khi sự thật làm bạn khó chịu

Người dẫn chuyện

Ông ấy đã nhìn thấy.
Anh ta đã trải qua địa ngục trần gian.
Anh ấy nhận ra nhiều khuôn mặt.
Ông đã chứng kiến những bậc thầy tôn giáo đáng kính phải chịu đựng sự giày vò.
Ông ấy đã nhìn thấy thiên đường.
Ông ấy nhìn thấy trật tự và hòa bình.
Anh ấy đã trở về.
Và ông ấy đã không đầu hàng.
Sự thật không phải lúc nào cũng mang lại sự vâng lời ngay lập tức.
Đôi khi nó gây ra sự xáo trộn.
Sự xáo trộn không phải là sự chuyển đổi.
Đó là sự tiếp xúc.
Bạn có thể nhìn thấy mà vẫn có thể chống cự.
Bạn có thể biết mà vẫn trì hoãn.
Bạn có thể bị đối mặt với khó khăn nhưng vẫn trở nên cứng rắn.
Có một mùa mà sự thật đứng trước cửa,
và bạn phải quyết định xem có mở cửa hay không.

Điểm tựa Kinh Thánh
Cựu Ước
"Pha-ra-ô cứng lòng và không chịu nghe lời."
— Xuất Ê-díp-tô Ký 8:15
Việc nhìn thấy các dấu hiệu không đảm bảo sự đầu hàng.
Tân Ước

"Ngày nay, nếu các ngươi nghe tiếng Ngài, chớ cứng lòng."
— Hê-bơ-rơ 3:15

Sự trì hoãn có thể trở thành sự kháng cự.

Bài học

Nhiều tín đồ cho rằng sự thiếu hiểu biết là vấn đề của họ.
Thường thì không phải vậy.
Vấn đề thường nằm ở sự chậm trễ.
Bạn đã biết rồi đấy:

- Nơi có sự thỏa hiệp.
- Nơi thiếu kỷ luật.
- Nơi mà lòng trung thành bị chia rẽ.
- Nơi cần có sự ăn năn hối cải.

Sự thật đã từng làm bạn khó chịu trước đây rồi.
Câu hỏi là:
Bạn đã diễn xuất chưa?
Sự quấy rầy chính là lòng thương xót.
Nhưng lòng thương xót cần được đáp lại.

Câu hỏi suy ngẫm

1. Chúa đã bày tỏ cho tôi chân lý nào mà tôi vẫn chưa hành động theo?
2. Tôi hiện đang chống lại sự sửa sai ở điểm nào?
3. Tôi biết mình cần thay đổi thói quen nào nhưng chưa giải quyết?
4. Tôi có phản ứng nhanh chóng khi bị kết tội không?
5. Phải chăng tôi đang trở nên chai sạn về mặt tinh thần?

Hãy trả lời thành thật.

Tuyên ngôn

Hãy nói to:

"Tôi sẽ không chống lại lẽ thật.
Tôi sẽ không trì hoãn việc vâng phục. Khi nhận được lời thuyết phục, tôi sẽ đáp lại. Lòng tôi sẽ vẫn mềm mại."
Lặp lại chậm rãi.

Cầu nguyện có cấu trúc (30-40 phút)

1. Lời thú tội (10 phút)

Hãy nêu rõ những lĩnh vực cụ thể mà bạn đã chống lại sự kết tội.

2. Làm mềm lòng (10 phút):

Cầu xin Chúa loại bỏ sự chai cứng trong lòng.

3. Vâng phục (10-15 phút)

Cầu nguyện xin lòng can đảm để hành động ngay lập tức khi đối mặt với thử thách.
Kết thúc bằng:
"Hôm nay tôi chọn sự vâng lời thay vì trì hoãn."

Điểm hành động

Hôm nay bạn sẽ:

1. Hãy thực hiện một việc bạn đã trì hoãn về mặt tâm linh.
2. Hãy xin lỗi nếu bạn đã trì hoãn việc hối cải.
3. Hãy loại bỏ một sự thỏa hiệp lặp đi lặp lại.
4. Nhịn ăn một bữa như một dấu hiệu phản hồi.
5. Hãy viết ra một việc cần tuân thủ ngay lập tức và hoàn thành nó ngay hôm nay.

NGÀY 6

Ngày chuyển đổi lòng trung thành

Người dẫn chuyện

Sau khi bị quấy rầy.
Sau khi kháng cự.
Sau cuộc đối đầu.
Sau vụ cháy.
Sau khi sống sót.
Đã có một khoảnh khắc không làm anh ta nao núng về mặt thể chất.
Điều đó đã khiến anh ấy suy sụp tinh thần.
Ông ấy mô tả đó như một trạng thái xuất thần.
Ông ấy đã nhìn thấy Chúa Giê-su.
Anh ta lại nhìn thấy địa ngục một lần nữa.
Ông ấy lại được nhìn thấy thiên đường.
Nhưng lần này, điều khác biệt đã xảy ra.
Ông ấy không trở về mà không thay đổi.
Ông ta đã đầu hàng.
Năm 1982, lòng trung thành đã chuyển đổi.
Ông không thêm Chúa Giê-su vào hệ thống tín ngưỡng của mình.
Ông ấy không thương lượng về bản sắc của mình.
Ông ấy không hề thay đổi đạo Hồi.
Anh ta chuyển lòng trung thành.
Đó mới chính là sự chuyển đổi thực sự:
Chuyển khoản.

Điểm tựa Kinh Thánh

Cựu Ước
"Các ngươi còn lưỡng lự giữa hai ý kiến đến bao giờ? Nếu Đức Giê-hô-va là Đức Chúa Trời, hãy theo Ngài; nhưng nếu Ba-anh là Đức Chúa Trời, hãy theo hắn."
— 1 Các Vua 18:21
Lòng trung thành không thể bị chia rẽ mãi mãi.

Tân Ước
"Vì Ngài đã giải cứu chúng ta khỏi ách thống trị của bóng tối và đưa chúng ta vào vương quốc của Con yêu dấu của Ngài."
— Cô-lô-xi 1:13
Sự cứu rỗi chính là sự di dời.
Đó là sự chuyển giao quyền thống trị.

Bài học
Nhiều tín đồ ngưỡng mộ Chúa Giê-su.
Rất ít người thay đổi lòng trung thành.
Admiration nói rằng:
"Tôi đồng ý."
Transfer cho biết:
"Tôi thuộc về nơi này."
Chuyển khoản có nghĩa là:

- Chúa Kitô vượt lên trên mọi nỗi sợ hãi.
- Chúa Kitô cao cả hơn cả bộ tộc.
- Chúa Kitô vượt trội hơn hẳn những thân phận trong quá khứ.
- Chúa Kitô vượt lên trên mọi hệ tư tưởng.
- Chúa Kitô quan trọng hơn sự sống còn.

Cho đến khi lòng trung thành thay đổi,
đội hình vẫn bị chia rẽ.
Bạn không thể phục vụ hai chủ.
Bạn không thể sống ở hai vương quốc cùng một lúc.
Sẽ có một ngày mà quyết định trở nên không thể thay đổi.

Câu hỏi suy ngẫm

1. Liệu tôi đã thực sự chuyển lòng trung thành, hay tôi đang bị chia rẽ về mặt tâm linh?
2. Lòng trung thành nào đang chi phối tôi?
3. Tôi có sợ mất mát điều gì nếu dấn thân hoàn toàn không?
4. Việc đầu hàng hoàn toàn sẽ khiến tôi phải trả giá như thế nào?
5. Nếu hôm nay là ngày chuyển trường của tôi, điều gì sẽ thay đổi ngay lập tức?

Hãy viết mà không cần phô trương về mặt tinh thần.

Tuyên ngôn

Hãy đứng thẳng.

Hãy nói to:

"Tôi xin dâng trọn lòng trung thành của mình cho Chúa Giê-su Ki-tô.

Ngài là Chúa tể của thân phận tôi, quá khứ tôi và tương lai tôi. Tôi từ bỏ lòng trung thành chia đôi. Tôi thuộc về Chúa Ki-tô."

Hãy lặp lại động tác đó một cách chậm rãi và cẩn thận.

Cầu nguyện theo cấu trúc (40 phút)

1. Thờ phượng (10 phút)

Tuyên bố quyền tối cao của Chúa Kitô trên mọi lĩnh vực trong cuộc sống của bạn.

2. Từ bỏ (10 phút)

Từ bỏ bằng lời nói những lòng trung thành mâu thuẫn.

3. Đầu hàng (10 phút)

Hãy dâng hiến danh tính, danh tiếng và tương lai của bạn.

4. Lời cam kết (10 phút)

Hãy khẳng định lòng trung thành của bạn bằng lời hứa.

Kết thúc bằng:

"Lòng trung thành của tôi đã được định đoạt."

Điểm hành động

Hôm nay bạn sẽ:

1. Hãy soạn thảo một bản cam kết trung thành dài một trang và ký tên vào đó.
2. Phá hủy hoặc loại bỏ một vật thể hoặc thói quen gắn liền với sự chia rẽ lòng trung thành.
3. Hãy công khai tự nhận mình là người theo Chúa Kitô bằng một cách rõ ràng.
4. Nhịn ăn một bữa như một hành động thể hiện sự buông bỏ về mặt thể chất.
5. Hãy học thuộc lòng Cô-lô-xi 1:13.

NGÀY 7

Khi lòng trung thành thu hút sự phản đối

Người dẫn chuyện

Đầu hàng không mang lại sự an ủi.
Điều đó dẫn đến xung đột.
Sau khi lòng trung thành thay đổi, phong trào kháng chiến càng trở nên mạnh mẽ hơn.
Anh ta trở thành mục tiêu.
Chính hệ thống mà ông từng bảo vệ giờ lại nhắm vào ông để loại bỏ.
Đã có tiếng súng nổ.
Đã sử dụng chất độc.
Sau lời thú tội, cuộc truy đuổi đã được tiến hành.
Sự cải đạo không phải là trốn tránh xung đột.
Đó là lối vào một thế giới khác.
Lòng trung thành sẽ vạch trần bộ mặt thật của bạn.

Điểm tựa Kinh Thánh
Cựu Ước
"Bấy giờ Sau-lơ nổi giận… và từ ngày đó, Sau-lơ luôn để mắt đến Đa-vít."
— 1 Sa-mu-ên 18:8-9
Khi sự ưu ái thay đổi, phe đối lập sẽ theo dõi.
Tân Ước
"Nếu thế gian ghét các con, hãy nhớ rằng nó đã ghét Ta trước."
— Giăng 15:18

Sự phản đối không phải là bằng chứng của sự thất bại.
Đó là bằng chứng của sự đồng thuận.

Bài học

Nhiều tín đồ mong đợi sự bình an ngay lập tức sau khi đầu hàng.
Nhưng lòng trung thành sẽ làm thay đổi các mối quan hệ trung thành.
Và sự thay đổi lòng trung thành sẽ gây ra phản ứng.
Sự phản đối có thể không biểu hiện dưới dạng tiếng súng.
Nó có thể trông như thế này:

- Sự cách ly.
- Sự từ chối khéo léo.
- Mất đi cơ hội.
- Sự nghi ngờ.
- Thiệt hại về danh tiếng.

Nếu bạn đánh giá lòng chung thủy dựa trên sự thoải mái, bạn sẽ thoái lui.
Nếu bạn đánh giá lòng trung thành bằng sự vâng lời, bạn sẽ trường tồn.
Sự đối lập làm rõ bản sắc.

Câu hỏi suy ngẫm

1. Điều gì đã thay đổi trong cuộc sống của tôi sau khi tôi nghiêm túc tin nhận Chúa Kitô?
2. Tôi đã nhầm lẫn sự phản đối với thất bại ở điểm nào?
3. Tôi có nên rút lui khi cảm thấy bị kháng cự không?
4. Hình thức phản đối nào khiến tôi sợ hãi nhất?
5. Tôi có ngạc nhiên không khi sự vâng lời khiến tôi phải trả giá?

Hãy viết một cách chính xác.

Tuyên ngôn
Hãy nói to:
"Tôi sẽ không lùi bước trước sự phản đối.
Sự kháng cự sẽ tôi luyện tôi chứ không phải loại bỏ tôi.
Lòng trung thành của tôi không phụ thuộc vào sự thoải mái.
Tôi vẫn kiên định."
Hãy lặp lại động tác đó một cách mạnh mẽ.

Cầu nguyện theo cấu trúc (35 phút)
1. Thờ phượng (10 phút)
Hãy thừa nhận Chúa Kitô là Chúa tể của mọi trận chiến trong cuộc đời bạn.
2. Sức mạnh (10 phút)
Cầu nguyện để có được sự kiên cường khi đối mặt với nghịch cảnh.
3. Sự bảo vệ (10 phút)
Hãy cầu xin sự che chở thiêng liêng cho cuộc sống và gia đình bạn.
4. Kiên định (5 phút)
Hãy cam kết kiên trì bất kể kết quả ra sao.
Kết thúc bằng:
"Tôi vẫn giữ vững lập trường."

Điểm hành động
Hôm nay bạn sẽ:

1. Hãy xác định một lĩnh vực mà sự phản đối khiến bạn do dự.
2. Hãy mạnh dạn tái khai thác khu vực đó.
3. Hãy động viên những người khác đang gặp khó khăn.
4. Hãy đọc chậm chương 18 sách 1 Sa-mu-ên.
5. Hãy từ chối một quyết định dựa trên nỗi sợ hãi.

NGÀY 8

Được bảo quản dưới làn đạn

Người dẫn chuyện

Sau khi đầu hàng, các cuộc tấn công leo thang.
Đạn găm vào người anh ta.
Một vật bằng kim loại đập vào đầu anh ta.
Máu đã chảy.
Người ta cho rằng ông ta đã chết.
Đã sử dụng chất độc.
Cuộc truy đuổi càng trở nên quyết liệt hơn.
Đã có chín lần thử.
Thế nhưng, ông ta vẫn còn sống.
Bảo tồn không có nghĩa là phủ nhận nguy hiểm.
Đó là sự gián đoạn của quá trình hủy diệt.
Có những thời điểm mà sự sống sót tự thân trở thành một lời chứng.
Câu hỏi không chỉ là:
"Tại sao tôi bị tấn công?"
Nhưng cũng có:
"Tại sao tôi vẫn còn ở đây?"

Điểm tựa Kinh Thánh
Cựu Ước
"Người công chính gặp nhiều hoạn nạn, nhưng Đức Giê-hô-va giải cứu người khỏi mọi hoạn nạn."
— Thi thiên 34:19
Hoạn nạn không làm mất đi sự ngay thẳng.
Sự giải cứu khẳng định mục đích.
Tân Ước

"Chúng ta bị áp bức tứ phía, nhưng không bị nghiền nát; hoang mang, nhưng không tuyệt vọng; bị bắt bớ, nhưng không bị bỏ rơi; bị đánh ngã, nhưng không bị tiêu diệt."
— 2 Cô-rinh-tô 4:8-9
Bị đánh gục không đồng nghĩa với bị tiêu diệt.

Bài học
Một số người đã sống sót sau những chuyện lẽ ra phải cướp đi mạng sống của họ.
Tai nạn.
Tấn công. Bệnh tật. Sụp đổ tài chính. Suy sụp tinh thần.
Bạn vẫn còn ở đây.
Bảo tồn là trách nhiệm.
Nếu Chúa gìn giữ bạn,
thì Ngài đã gìn giữ bạn vì một mục đích nào đó.
Sống mà không có mục đích sẽ trở nên vô nghĩa.
Sự sống còn có mục đích trở thành sứ mệnh.
Bạn phải quyết định cuộc đời mình sẽ trở thành con người như thế nào.

Câu hỏi suy ngẫm

1. Tôi đã vượt qua những gì mà tôi hiếm khi thừa nhận?
2. Tôi có đang xem nhẹ việc bảo quản không?
3. Chúa đang bảo vệ tôi vì mục đích gì?
4. Tôi đã sống có chủ đích kể từ khi được bảo tồn chưa?
5. Điều gì sẽ thay đổi nếu tôi tin rằng sự sống còn của mình là một nhiệm vụ?

Hãy viết về các sự kiện cụ thể.

Tuyên ngôn
Hãy đứng lên và tuyên bố:
"Tôi được giữ lại vì một mục đích.
Điều lẽ ra phải hủy diệt tôi đã không xảy ra. Tôi sẽ không

lãng phí sự sống còn của mình. Cuộc đời tôi mang một sứ mệnh."
Hãy lặp lại điều đó một cách có chủ ý.

Cầu nguyện có cấu trúc (35–40 phút)
1. Lòng biết ơn (10 phút)
Cảm ơn Chúa vì những khoảnh khắc cụ thể mà Ngài đã lưu giữ.
2. Ăn năn (10 phút)
Hãy thú nhận những điều bạn đã lãng phí để sinh tồn.
3. Sự đồng nhất (10-15 phút)
Hãy cầu xin sự rõ ràng và dũng khí để sống đúng với mục đích.
4. Lời nguyện dâng hiến (5 phút)
Hãy dâng hiến cuộc đời mà bạn còn giữ được cho Chúa.
Kết thúc bằng:
"Tôi sống có chủ đích."

Điểm hành động
Hôm nay bạn sẽ:

1. Hãy viết ra ba khoảnh khắc quan trọng trong cuộc đời bạn liên quan đến việc bảo tồn.
2. Hãy chia sẻ một câu chuyện có thật với ai đó.
3. Hãy loại bỏ một thói quen làm tổn hại đến món quà sinh tồn.
4. Hãy đọc lớn Thi Thiên 34.
5. Hãy tiến thêm một bước nữa hướng tới sự vâng lời có mục đích.

NGÀY 9

Lòng trung thành không cần tuyên bố

Người dẫn chuyện

Sau khi đầu hàng, tầm nhìn trở nên nguy hiểm.
Không chỉ vì lợi ích của anh ấy
mà còn vì lợi ích của những người xung quanh.
Ông mô tả cuộc sống của mình là "ở giữa hai thái cực".
Các đồng minh cũ coi ông ta là kẻ phản bội.
Những người tin tưởng mới thì theo dõi ông ta một cách thận trọng.
Việc có quan hệ với anh ta có thể dẫn đến bị tấn công.
Anh ta không thể cử động mạnh.
Anh ta phải hành động khôn ngoan.
Trong nhiều môi trường khắc nghiệt, một số người cải đạo không lập tức di dời.
Họ vẫn ở trong gia đình,
trong cộng đồng của mình. Đôi khi, họ thậm chí còn ở bên trong các công trình kiến trúc nhà thờ Hồi giáo.
Nhưng về nội bộ, lòng trung thành đã thay đổi.
Việc âm thầm trở thành môn đệ không phải là sự chối bỏ.
Đó là chiến lược.
Không phải mùa nào cũng cho phép công khai tuyên bố mà không gặp hậu quả.
Trí tuệ không đồng nghĩa với hèn nhát.
Đó là trách nhiệm quản lý.

Điểm tựa Kinh Thánh

Cựu Ước

"Naaman nói… khi chủ tôi vào đền thờ Rimmon để thờ phượng ở đó… xin Chúa tha thứ cho tôi, tôi tớ ngài, về việc này."

— 2 Các Vua 5:18

Lòng trung thành thay đổi trước khi môi trường thay đổi.

Tân Ước

"Có một người thuộc phái Pha-ri-si tên là Nicôđê-mô… đến gặp Đức Chúa Giê-su vào ban đêm."

— Giăng 3:1-2

Một số môn đệ bắt đầu hoạt động trong bí mật trước khi công khai tuyên truyền.

Bài học

Lòng chung thủy không phải lúc nào cũng thể hiện một cách kịch tính.

Có những thời điểm mà sự khôn ngoan đòi hỏi sự thận trọng.

Mục tiêu không phải là sự nổi bật.

Mục tiêu là lòng trung thành.

Một số tín đồ nhầm lẫn tiếng ồn với lòng dũng cảm.

Một số người lại nhầm lẫn sự im lặng với sự thỏa hiệp.

Điểm khác biệt nằm ở động cơ.

Bạn im lặng vì sợ hãi —

hay là tuân lệnh một cách có chiến lược?

Bạn đang trốn tránh để tránh đau khổ

hay để hoàn thành nhiệm vụ?

Đôi khi Chúa hành động dưới lòng đất trước khi đưa bạn lên mặt đất.

Câu hỏi suy ngẫm

1. Tôi đang che giấu đức tin của mình vì sợ hãi hay vì sự khôn ngoan?
2. Tôi cần mạnh dạn hơn ở điểm nào?
3. Tôi cần phải có chiến lược tốt hơn ở điểm nào?
4. Phải chăng tôi đã nhầm lẫn sự im lặng với sự thỏa hiệp?
5. Lòng trung thành nội tâm của tôi có vững chắc ngay cả khi không nhìn thấy đối tượng không?

Hãy trả lời cẩn thận.

Tuyên ngôn

Hãy nói to:

"Lòng trung thành của tôi vững chắc, dù hữu hình hay vô hình.

Tôi sẽ hành động khôn ngoan. Tôi sẽ không chối bỏ Chúa Kitô. Tôi sẽ không hành động dại dột. Lòng trung thành của tôi đã được định đoạt."

Hãy lặp lại điều đó một cách có chủ ý.

Cầu nguyện theo cấu trúc (35 phút)

1. Thờ phượng (10 phút)

Tôn vinh Chúa Kitô là Chúa tể của đời sống công cộng và riêng tư của bạn.

2. Sự sáng suốt (10 phút)

Hãy cầu xin sự khôn ngoan để biết khi nào nên nói và khi nào nên im lặng.

3. Lòng can đảm (10 phút)

Hãy cầu nguyện để có sự dũng cảm khi thời điểm cần được thể hiện đến.

4. Sự bảo vệ (5 phút)

Hãy cam kết bản thân và những người khác được sự che chở của Chúa.

Kết thúc bằng:

"Xin cho con được khôn ngoan và trung thành."

Điểm hành động

Hôm nay bạn sẽ:

1. Hãy xác định một lĩnh vực mà bạn cần sự can đảm.
2. Hãy xác định một lĩnh vực mà bạn cần phải kiềm chế.
3. Hãy thành tâm cầu nguyện cho các tín hữu ở những vùng đất thù địch.
4. Hãy đọc chậm rãi 2 Các Vua chương 5 và Giăng chương 3.
5. Hãy chọn sự vâng lời thay vì sự bốc đồng.

NGÀY 10

Khi sự đạo đức giả khiến bạn muốn quay đầu lại

Người dẫn chuyện

Sự bức hại gần như không thể đánh gục ông.
Đạn không gây ra điều đó.
Thuốc độc cũng không.
Sự đạo đức giả suýt nữa đã gây ra điều đó.
Sau khi đầu hàng.
Sau khi sống sót. Sau khi bắt đầu sứ mệnh.
Ông ta đã xâm nhập vào các không gian Kitô giáo.
Ông ấy mong đợi sự kỷ luật.
Ông ấy mong đợi sự chính trực. Ông ấy mong đợi hành động phải phù hợp với lời giảng.
Thay vào đó, ông nhận thấy sự không nhất quán.
Ông chứng kiến các nhà lãnh đạo rao giảng những điều họ không sống theo.
Ông thấy những lời rao giảng mang tính tâm linh nhưng thiếu nội dung. Ông thấy những tiêu chuẩn kép.
Ông ấy đã nói rõ ràng: đã có thời điểm ông ấy suýt quay trở lại đạo Hồi - không phải vì đạo Hồi thuyết phục ông ấy một lần nữa, mà vì sự giả tạo trong Kitô giáo khiến ông ấy ghê tởm.
Áp lực không đến từ bên ngoài.
Nó xuất phát từ bên trong.
Điều đó còn nguy hiểm hơn.

Điểm tựa Kinh Thánh
Cựu Ước

"Khốn cho những người chăn chiên nào giết hại và làm tan tác bầy chiên trong đồng cỏ của Ta!"
— Giê-rê-mi 23:1
Thất bại trong lãnh đạo làm tổn hại niềm tin.
Tân Ước
"Khốn cho các ngươi, hỡi các thầy dạy luật và người Pha-ri-si, những kẻ giả hình!"
— Ma-thi-ơ 23:27
Sự giả tạo có tính chất ăn mòn tâm linh.

Bài học
Nhiều tín đồ có thể sống sót sau cuộc bức hại.
Ít ai vượt qua được nỗi thất vọng.
Sự phản đối từ bên ngoài càng củng cố quyết tâm.
Sự đạo đức giả bên trong làm suy yếu lòng tin.
Nếu bạn xây dựng niềm tin của mình dựa trên con người, con người sẽ làm bạn mất ổn định.
Nếu bạn xây dựng đức tin của mình trên nền tảng Chúa Kitô,
thì không ai có thể lay chuyển được bạn.
Thất bại của người khác không làm mất đi sự thật.
Sự thiếu nhất quán của các nhà lãnh đạo không làm mất đi giá trị của Chúa Kitô.
Bạn phải quyết định:
Liệu sự đạo đức giả sẽ trở thành lời bào chữa
hay sự tinh tế của bạn?

Câu hỏi suy ngẫm
1. Sự thiếu nhất quán của ai đó có làm suy yếu niềm tin của tôi không?
2. Liệu tôi có đang ngầm biện minh cho sự thỏa hiệp của mình vì người khác không?
3. Lòng trung thành của tôi dành cho Chúa Kitô hay cho con người?
4. Tôi dễ có ý định rút lui ở đâu vì thất vọng?

5. Phải chăng tôi đang góp phần vào sự đạo đức giả mà tôi đang chỉ trích?

Trả lời mà không tỏ ra phòng thủ.

Tuyên ngôn

Hãy nói to:

"Đức tin của tôi đặt nền tảng nơi Chúa Kitô, chứ không phải con người.
Thất bại của người khác sẽ không định nghĩa sự vâng phục của tôi.
Tôi từ chối sự giả hình trong cuộc sống của mình.
Tôi vẫn giữ vững đức tin."

Lặp lại chậm rãi.

Cầu nguyện theo cấu trúc (40 phút)

1. Thờ phượng (10 phút)

Hãy tập trung đức tin của bạn vào Chúa Kitô mà thôi.

2. Thả lỏng (10 phút)

Tha thứ cho những người đã làm tổn thương bạn vì sự thiếu nhất quán của họ.

3. Thanh tẩy (10-15 phút)

Hãy cầu xin Chúa loại bỏ sự giả dối trong cuộc sống của bạn.

4. Quyết tâm (5 phút)

Cam kết giữ vững sự chính trực cá nhân.

Kết thúc bằng:

"Tôi sẽ sống đúng với những gì mình tuyên bố."

Điểm hành động

Hôm nay bạn sẽ:

1. Hãy tha thứ cho một người mà sự thiếu nhất quán của họ đã làm tổn thương bạn.
2. Hãy xác định một lĩnh vực mà việc thực hành của bạn phải phù hợp với lời giảng của bạn.
3. Hãy đọc kỹ Ma-thi-ơ chương 23.

4. Hãy loại bỏ một tiêu chuẩn kép khỏi cuộc sống của bạn.
5. Hãy củng cố lòng sùng kính riêng tư của bạn — điều mà người khác không nhìn thấy.

NGÀY 11

"Chúng ta đã đi quá xa rồi"

Người dẫn chuyện

Có một khoảnh khắc sau khi ông ấy cải đạo.
Sau khi bắt đầu công việc mục vụ.
Sau khi rao giảng. Sau khi có kết quả rõ rệt.
Cảm giác vỡ mộng bắt đầu xuất hiện.
Ông ấy nhìn thấy sự giả tạo.
Ông ấy nhìn thấy sự mâu thuẫn. Ông ấy nhìn thấy những tiêu chuẩn kép về mặt tâm linh.
Và trong thâm tâm, anh ấy đã đưa ra một quyết định.
Anh ấy sẽ trở lại.
Trong thâm tâm, ông đã quyết định rằng thông điệp mà ông sắp truyền đạt sẽ là thông điệp cuối cùng của mình.
Sau đó, ông ấy sẽ quay trở lại với đạo Hồi.
Ông kết luận rằng những gì ông để lại ít nhất cũng được sắp xếp có kỷ luật.
Những gì anh ấy chứng kiến dường như đã bị xâm phạm.
Sau đó, anh ta mở cửa phòng khách sạn.
Và ông ấy nói rằng Chúa Giê-su đã đứng ở đó.
Ông ấy mô tả việc rơi vào vòng xoáy quyền lực.
Và ông ấy thuật lại những lời đó một cách rõ ràng:
"Chúng ta đã đi quá xa rồi. Quay lại cũng không thể được nữa."
Khoảnh khắc đó không phải là về sự cứu rỗi.
Đó là về sự kiên trì.
Không liên quan đến việc chuyển đổi.
Về sự cam kết.
Có những lúc việc rút lui dường như là điều hợp lý.
Và thiên đường xen vào.

Điểm tựa Kinh Thánh

Cựu Ước

"Hãy nhớ đến vợ của Lót."
— Lu-ca 17:32 (tham khảo Sáng thế ký 19)
Nhìn lại quá khứ có thể hủy hoại vận mệnh.

Tân Ước

"Ai đã xắn tay áo cày mà còn ngoái nhìn lại thì không xứng đáng phục vụ trong vương quốc của Đức Chúa Trời."
— Lu-ca 9:62
Tiến bộ đòi hỏi phải không lùi bước.

Bài học

Một khóa tu dưỡng tâm linh hiếm khi bắt đầu công khai.
Nó bắt đầu một cách riêng tư.
Bạn cần quyết định nội bộ trước khi thông báo ra bên ngoài.
Sự vỡ mộng là một sức mạnh to lớn.
Sự thất vọng cũng vậy.
Nhưng việc cai nghiện rất nguy hiểm.
Bạn không được phép rời bỏ đức tin về mặt thể xác.
Nhưng bạn có thể giảm bớt cường độ.
Giảm bớt tính kỷ luật. Giảm bớt lòng tận tâm. Giảm bớt sự nghiêm túc.
Sẽ có những lúc Chúa phải đối mặt với quyết định buông xuôi của bạn.
Và khi Ngài làm vậy, bạn phải đáp lại.
Đến một thời điểm nào đó, việc quay trở lại không còn là lựa chọn nữa.
Vì sự thật đã được phơi bày.
Vì đã có tuyên bố đầu hàng.
Vì lòng trung thành đã được chuyển giao.
Bạn không thể quên đi những gì mình đã biết.
Bạn không thể quên những gì mình đã thấy.

Câu hỏi suy ngẫm

1. Tôi đã từng cân nhắc việc rút lui về mặt tâm linh ở những nơi nào?
2. Nỗi thất vọng nào đã dẫn đến suy nghĩ đó?
3. Liệu tôi đã âm thầm giảm bớt kỷ luật của mình?
4. Tôi đang có ý định đảo ngược sự vâng lời ở lĩnh vực nào?
5. Nếu Chúa Giê-su đứng trước mặt tôi hôm nay, Ngài sẽ chất vấn điều gì?

Hãy trả lời thành thật.

Tuyên ngôn

Hãy đứng lên và tuyên bố:

"Đã quá muộn để tôi quay lại.

Lòng trung thành của tôi đã được định đoạt. Sự thất vọng sẽ không thể phá vỡ giao ước của tôi. Tôi sẽ hoàn thành những gì mình đã bắt đầu."

Hãy nhắc lại một cách dứt khoát.

Cầu nguyện theo cấu trúc (40 phút)

1. Thờ phượng (10 phút)

Hãy thừa nhận Chúa Kitô là Chúa tể của quá khứ và tương lai của bạn.

2. Ăn năn (10 phút)

Thú nhận bất kỳ quyết định nào trong lòng dẫn đến việc lạc lối.

3. Tái cam kết (10-15 phút)

Hãy tái khẳng định giao ước của bạn bằng lời nói.

4. Sức mạnh (5-10 phút)

Cầu nguyện để có sự kiên trì trong lúc thất vọng.

Kết thúc bằng:

"Tôi kết thúc tốt đẹp."

Điểm hành động

Hôm nay bạn sẽ:

1. Hãy xác định một lĩnh vực mà bạn đã âm thầm trôi dạt vào.
2. Hãy lập tức khôi phục lại kỷ luật đó.
3. Hãy loại bỏ một yếu tố gây ra sự nản lòng.
4. Hãy đọc chậm Lu-ca 9:57–62.
5. Trước khi ngủ, hãy đọc to lời tuyên thệ trung thành của bạn một lần nữa.

NGÀY 12

Nhận nhiệm vụ của bạn

Người dẫn chuyện

Có một người cha.
Có cấu trúc.
Có kỷ luật. Nghiêm túc. Không khoan nhượng.
Có một người mẹ.
Đã chuyển hóa.
Yên tĩnh. Bền bỉ. Căng thẳng nội tại ổn định.
Ông ấy có một người anh trai.
Bị kết tội.
Công khai. Mục tiêu. Bảo quản.
Có Isa.
Hiếu chiến.
Bất ổn. Đối đầu. Chuyển đi.
Câu chuyện không chỉ xoay quanh một người đàn ông.
Đây là vấn đề về vị trí.
Mỗi người đều đứng ở một vị trí nào đó.
Người cha đại diện cho trật tự — ngay cả khi trật tự đó sai lầm.
Người mẹ đại diện cho niềm tin — nhưng không bỏ bê trách nhiệm. Người anh trai đứng lên bảo vệ lẽ phải — và đối mặt với lưỡi dao.
Isa đứng lên đấu tranh — rồi sau đó đầu hàng.
Gia đình chia rẽ — nhưng vẫn gắn kết.
Ai cũng có một bài đăng.
Không ai giữ thái độ trung lập.
Vấn đề không phải là liệu bạn có tầm ảnh hưởng hay không.
Câu hỏi đặt ra là liệu bạn có đang đứng đúng vị trí được chỉ định hay không.

Điểm tựa Kinh Thánh

Cựu Ước

"Ta tìm kiếm trong số họ một người có thể xây dựng bức tường và đứng trước mặt Ta ở chỗ trống để bênh vực đất nước…"

— Ê-xê-chi-ên 22:30

Chúa tìm kiếm những người sẵn lòng đứng vững.

Tân Ước

" Vậy nên, hãy mặc lấy toàn bộ áo giáp của Đức Chúa Trời, để anh em có thể chống cự trong ngày gian ác, và sau khi đã làm xong mọi việc, hãy đứng vững."

— Ê-phê-sơ 6:13

Hướng dẫn rất đơn giản:

Đứng thẳng.

Bài học

Trong mọi môi trường — gia đình, nơi làm việc, nhà thờ, quốc gia — đều có những vị trí khác nhau.

Một số người xây dựng.

Một số người chịu đựng. Một số người đối đầu. Một số người gìn giữ.

Người cha tin rằng ông đang bảo vệ sự thật.

Người mẹ tin rằng bà đang gìn giữ sự thật. Người anh trai chọn cách tuyên bố sự thật. Isa phải quyết định mình sẽ đảm nhiệm vị trí nào.

Việc đứng tốn kém.

Nhưng việc trôi dạt là tai hại.

Nếu lính canh bỏ vị trí,

hệ thống sẽ sụp đổ.

Nếu cha mẹ bỏ bê trách nhiệm gia đình,

gia đình sẽ suy yếu.

Nếu những người tin tưởng từ bỏ lập trường của mình,

sự thỏa hiệp sẽ lan rộng.

Sứ mệnh của người canh gác không chỉ dành riêng cho các nhà thuyết giáo.
Điều này dành cho mọi tín đồ.
Bạn có một bài đăng.
Bạn đã xác định được nó chưa?

Câu hỏi suy ngẫm

1. Vị trí hiện tại của tôi là gì — trong gia đình, nhà thờ, nơi làm việc?
2. Tôi có đang giữ vững lập trường đó một cách trung thành không?
3. Về mặt cảm xúc và tinh thần, tôi đã để lại vị trí của mình ở đâu?
4. Nếu tôi biến mất khỏi vị trí của mình, điều gì sẽ suy yếu?
5. Tôi phải chịu đựng những áp lực nào để tiếp tục ở lại nơi Chúa đã đặt tôi?

Hãy trả lời cẩn thận.

Tuyên ngôn

Hãy đứng lên và tuyên bố:
"Tôi sẽ không bỏ vị trí của mình.
Tôi sẽ đứng vững ở nơi Chúa đã đặt tôi. Tôi sẽ không nao núng trước áp lực. Tôi sẽ hoàn thành nhiệm vụ của mình một cách trung thành."
Hãy lặp lại điều đó một cách có chủ ý.

Cầu nguyện theo cấu trúc (40 phút)

1. Thờ phượng (10 phút)

Tôn vinh Chúa là Đấng đã sắp đặt các vị trí.

2. Làm rõ vấn đề (10 phút)

Hãy yêu cầu làm rõ về bài đăng của bạn.

3. Sức mạnh (10-15 phút)

Hãy cầu nguyện để có sức mạnh kiên trì ở lại nơi bạn được kêu gọi.

4. Cầu nguyện chuyển cầu (5 phút)
Hãy cầu nguyện cho các thành viên trong gia đình bạn — cả người tin và người không tin.
Kết thúc bằng:
"Hãy biến tôi thành một người canh gác trung thành."

Điểm hành động
Hôm nay bạn sẽ:

1. Hãy ghi rõ phạm vi trách nhiệm chính của bạn.
2. Hãy xác định một lĩnh vực mà bạn cần tăng cường kỷ luật.
3. Hãy dành thời gian trò chuyện với gia đình về định hướng tâm linh.
4. Hãy cầu nguyện đặc biệt cho những thành viên trong gia đình đang bất hòa.
5. Hãy từ chối một hành động làm suy yếu tầm ảnh hưởng của bạn.

NGÀY 13

Ăn cùng bàn

Người dẫn chuyện

Không phải tất cả thành viên trong gia đình đều cải đạo.
Một số vẫn giữ đạo Hồi.
Một số khác cải đạo sang Cơ Đốc giáo.
Ngôi nhà từng cùng chung một nhịp điệu tôn giáo giờ đây mang hai nhịp điệu khác nhau.
Thế nhưng—
Họ vẫn ăn cùng nhau.
Chi tiết này rất quan trọng.
Niềm tin thay đổi.
Lòng trung thành lung lay. Niềm tin bị chia rẽ.
Nhưng mối quan hệ không hoàn toàn tan vỡ.
Trong nhiều môi trường, quá trình chuyển đổi này gây ra gãy xương vĩnh viễn.
Trong trường hợp này, căng thẳng vẫn tồn tại, nhưng mối liên kết vẫn được duy trì.
Đây chính là sự trưởng thành.
Lòng trung thành đã thay đổi.
Nhưng lòng thù hận thì không thắng thế.
Đức tin không biến thành sự tàn nhẫn.
Sự thật không biến thành sự thù địch.
Họ cùng nhau dùng bữa.
Và bữa ăn rất quan trọng.
Bảng biểu thể hiện mối quan hệ.
Quyền truy cập. Đối thoại. Phẩm giá con người.
Bạn có thể bất đồng sâu sắc — nhưng vẫn đối xử với người khác một cách tôn trọng.

Điểm tựa Kinh Thánh

Cựu Ước

"Nếu có thể được, tùy theo khả năng của bạn, hãy sống hòa thuận với mọi người."

— (Nguyên tắc được phản ánh xuyên suốt sách Châm ngôn; dựa trên truyền thống khôn ngoan của Cựu Ước)

Hòa bình không phải là đầu hàng.

Nó là kỷ luật.

Tân Ước

"Nếu có thể được, tùy theo khả năng của anh em, hãy sống hòa thuận với mọi người."

— Rô-ma 12:18

Không thỏa hiệp.

Hòa bình.

Bài học

Một số tín đồ nhầm lẫn sự tách biệt với sự thánh thiện.

Một số người lại nhầm lẫn giữa thỏa hiệp và hòa bình.

Nhưng còn một cách thứ ba:

Niềm tin không kèm theo sự thù địch.

Bạn có thể:

- Hãy giữ vững sự thật.
- Hãy từ chối thỏa hiệp.
- Hãy duy trì mối quan hệ.
- Hãy thể hiện sự trang trọng.
- Hãy duy trì ranh giới.

Bảng này không phải là sự chứng thực.

Đó chính là nhân tính.

Nếu Chúa Kitô đã ăn cùng những người tội lỗi mà không tán thành tội lỗi, thì

bạn cũng có thể ngồi vào bàn ăn mà không cần từ bỏ niềm tin của mình.

Những gia đình bất hòa đòi hỏi sự trưởng thành về mặt tâm linh.

Bạn có thể không thay đổi được tất cả mọi người.

Nhưng bạn có thể tự quyết định cách mình cư xử.

Câu hỏi suy ngẫm

1. Phải chăng tôi đã nhầm lẫn giữa niềm tin và sự hung hăng?
2. Liệu tôi có đang rút lui khỏi các mối quan hệ một cách không cần thiết không?
3. Tôi cần thiết lập những ranh giới lành mạnh hơn ở những khía cạnh nào?
4. Tôi có thể giữ vững sự thật mà không kèm theo thái độ thù địch không?
5. Có ai đó mà tôi cần phải tiếp cận lại về mặt quan hệ không?

Hãy trả lời thành thật.

Tuyên ngôn

Hãy nói to:

"Niềm tin của tôi sẽ không gây ra hận thù.
Tôi sẽ đứng vững mà không trở nên thù địch. Tôi sẽ đối xử với người khác bằng sự tôn trọng. Chân lý và tình yêu sẽ cùng tồn tại trong cuộc sống của tôi."

Lặp lại chậm rãi.

Cầu nguyện theo cấu trúc (35 phút)

1. Thờ phượng (10 phút)

Tôn vinh Chúa Kitô là Hoàng tử Bình an.

2. Cầu nguyện chuyển cầu (10 phút):

Cầu nguyện cho các thành viên trong gia đình đang bất hòa.

3. Trí tuệ (10 phút)

Hãy học hỏi sự chín chắn trong cách xử lý căng thẳng.

4. Bảo vệ (5 phút)

Cầu nguyện cho sự hiệp nhất không thỏa hiệp.

Kết thúc bằng:
"Hãy dạy con cách đứng vững và yêu thương."

Điểm hành động
Hôm nay bạn sẽ:
1. Hãy liên hệ với một người mà bạn có quan điểm bất đồng một cách lịch sự.
2. Tránh những tranh cãi không cần thiết.
3. Hãy luyện tập kỹ năng lắng nghe trước khi phản hồi.
4. Hãy đọc to đoạn Kinh Thánh Rô-ma 12.
5. Hãy lựa chọn hòa bình bất cứ khi nào có thể.

NGÀY 14

Khi quyền lực thiếu sự mặc khải

Người dẫn chuyện

Có một người cha.
Có tổ chức.
Có kỷ luật. Nghiêm túc trong đức tin.
Ông ấy không nuôi dạy những đứa con dễ dãi.
Ông ấy nuôi dạy những đứa con có kỷ luật.
Việc cầu nguyện được thực hiện bắt buộc.
Các nghi lễ tôn giáo được duy trì đều đặn. Trật tự được tôn trọng.
Ông tin rằng mình đang bảo vệ sự thật.
Ông tin rằng mình đang bảo vệ gia đình. Ông tin rằng mình đang gìn giữ di sản.
Khi chủ đề cải đạo xuất hiện trong nhà, ông ấy đã phản ứng dữ dội.

Đối với ông ta, đó là sự phản bội.
Đối với ông ta, đó là sự ô nhục. Đối với ông ta, đó là sự nổi loạn.
Thanh kiếm được giơ lên trong ngôi nhà đó không chỉ đơn thuần là sự giận dữ.
Đó là sự tin chắc mà không cần bằng chứng xác thực.
Cấu trúc của nó rất tốt.
Nhưng nó lại thiếu ánh sáng.
Ông ta có quyền lực.
Nhưng ông ta thiếu khả năng thay đổi.
Và quyền lực mà không được tiết lộ có thể trở nên nguy hiểm.

Điểm tựa Kinh Thánh
Cựu Ước
"Có một con đường mà con người cho là đúng, nhưng cuối cùng lại dẫn đến sự chết."
— Châm ngôn 14:12
Thành thật không đồng nghĩa với đúng sự thật.
Tân Ước
"Vì tôi làm chứng cho họ rằng họ có lòng sốt sắm đối với Đức Chúa Trời, nhưng không phải theo sự hiểu biết đúng đắn."
— Rô-ma 10:2
Lòng nhiệt thành mà thiếu sự hiểu biết sẽ dẫn đến việc sử dụng sức mạnh sai mục đích.

Bài học
Ngày này không phải là để lên án những người cha.
Đây là về việc hiểu tầm ảnh hưởng.
Người cha trong câu chuyện không hề thụ động.
Anh ấy nói rất nghiêm túc.
Nhưng sự nghiêm túc mà không đi kèm với sự thật có thể gây hại.
Cấu trúc là sức mạnh.

Kỷ luật định hình bản sắc.
Quyền lực định hình tư duy.
Nhưng nếu nền tảng sai lầm,
quá trình hình thành sẽ trở nên phá hoại.
Vai trò của người cha định hình con đường phát triển của cuộc đời.
Người lãnh đạo định hình phương hướng.
Những người có thẩm quyền phải xem xét:
Niềm tin của tôi bắt nguồn từ sự mặc khải
hay từ truyền thống được kế thừa?
Quyền lực của tôi đang xây dựng cuộc sống
hay bảo vệ cái tôi?
Liệu sự kỷ luật của tôi đang tạo ra sự chính trực
hay nỗi sợ hãi?
Quyền lực không phải là trung lập.
Nó nhân lên những gì nó mang theo.

Câu hỏi suy ngẫm

1. Tôi có quyền lực gì trong cuộc sống của người khác?
2. Phong cách lãnh đạo của tôi bắt nguồn từ sự thật hay lòng kiêu hãnh?
3. Phải chăng tôi đã bảo vệ truyền thống nhiều hơn là sự mặc khải?
4. Phương pháp kỷ luật của tôi xây dựng tình yêu thương hay sự hăm dọa?
5. Tôi chưa từng xem xét kỹ lưỡng những niềm tin nào?

Hãy trả lời mà không tỏ ra phòng thủ.

Tuyên ngôn

Hãy nói to:
"Tôi sẽ tìm kiếm sự mặc khải, chứ không chỉ truyền thống. Quyền lực của tôi sẽ phản ánh chân lý. Kỷ luật của tôi sẽ tạo ra sự sống. Tôi bác bỏ lòng nhiệt thành mù quáng. Tôi theo đuổi ánh sáng."

Hãy lặp lại điều đó một cách có chủ ý.

Cầu nguyện theo cấu trúc (40 phút)

1. Thờ phượng (10 phút)

Tôn vinh Đức Chúa Trời là đấng tối cao.

2. Ăn năn (10 phút)

Thú nhận sự kiêu ngạo hoặc những truyền thống chưa được xem xét kỹ lưỡng.

3. Khai sáng (10-15 phút)

Hãy cầu xin sự mặc khải và hiểu biết.

4. Tái định hướng (5-10 phút)

Hãy dâng hiến tầm ảnh hưởng của bạn cho lẽ thật của Chúa.

Kết thúc bằng:

"Hãy để sự lãnh đạo của tôi bắt nguồn từ ánh sáng."

Điểm hành động

Hôm nay bạn sẽ:

1. Hãy xem xét lại một niềm tin mà bạn được thừa hưởng mà không hề đặt câu hỏi.
2. Hãy nghiên cứu kỹ một đoạn Kinh Thánh thay vì dựa vào giả định.
3. Hãy xin lỗi nếu quyền lực của bạn đã làm tổn thương ai đó.
4. Hãy cầu nguyện cho các bậc cha và các nhà lãnh đạo.
5. Hãy cam kết lãnh đạo bằng sự thật và lòng khiêm nhường.

NGÀY 15

Sức mạnh của niềm tin thầm lặng

Người dẫn chuyện

Cô ấy là người đầu tiên cải đạo.
Không phải các con trai của bà.
Cũng không phải vị mục sư công khai.
Cô ấy.
Trong một gia đình Hồi giáo có nề nếp.
Dưới sự dẫn dắt của người chồng kỷ luật. Trong một môi trường tôn giáo không dung thứ cho sự sai lệch.
Cô ấy không bỏ rơi cuộc hôn nhân.
Cô ấy không rời bỏ gia đình. Cô ấy không trả thù.
Cô ấy vẫn ở lại.
Cô ấy đã cầu nguyện.
Cô ấy đã chịu đựng. Cô ấy đã gánh chịu áp lực.
Sự chuyển đổi của bà ấy không ồn ào.
Nó được thể hiện qua trải nghiệm sống.
Các con trai bà chứng kiến.
Chồng bà phản ứng. Cả gia đình thay đổi.
Nhưng cô vẫn đứng đó.
Lịch sử thường nhấn mạnh vai trò của người thuyết giáo dễ thấy.
Nhưng thiên đường thường ghi nhận những người cầu thay thầm lặng.
Trước khi đầu hàng công khai,
đã có những lời cầu nguyện riêng tư.

Điểm tựa Kinh Thánh

Cựu Ước

"Hannah nói trong lòng, chỉ có môi nàng mấp máy, chứ tiếng nàng không phát ra."
— 1 Sa-mu-ên 1:13
Lời cầu nguyện thầm lặng có thể thay đổi cả một thế hệ.

Tân Ước

"Lời cầu nguyện tha thiết của người công chính có hiệu quả rất lớn."
— Gia-cơ 5:16
Lời cầu thay có thể tác động đến những thực tại vô hình.

Bài học

Không phải mọi sức mạnh đều thể hiện ra bên ngoài bằng tiếng ồn.
Một số phong trào tâm linh mạnh mẽ nhất bắt đầu từ việc một người kiên quyết không từ bỏ cầu nguyện.
Người mẹ không tranh luận về thần học mỗi ngày.
Bà là hiện thân của niềm tin vững chắc.
Cô ấy không ép buộc sự thay đổi.
Cô ấy đã chấp nhận nó.
Sức mạnh của cô ấy nằm ở sự nhất quán.
Nhiều tín đồ muốn có tầm ảnh hưởng hữu hình.
Rất ít người sẵn lòng mang lấy sự chịu đựng thầm lặng.
Cầu nguyện không phải là sự yếu đuối.
Đó là cuộc chiến.
Sức chịu đựng không phải là sự thụ động.
Đó là sức mạnh được kiềm chế.
Nếu cô ấy phản ứng hung hăng,
gia đình có thể đã tan vỡ vĩnh viễn.
Thay vào đó, cô ấy đã kiên trì một cách khéo léo.

Câu hỏi suy ngẫm

1. Chúa đã kêu gọi tôi phải kiên trì chịu đựng thay vì trốn tránh ở đâu?
2. Đời sống cầu nguyện của tôi có đều đặn hay chỉ là phản ứng thụ động?
3. Liệu tôi có đang bỏ cuộc quá sớm trước những môi trường khó khăn không?
4. Phải chăng tôi đã đánh giá thấp sức mạnh của lòng trung thành thầm lặng?
5. Sự kiên định của tôi có thể tạo ra tác động thế hệ nào?

Trả lời chậm rãi.

Tuyên ngôn

Hãy nói to:

"Sự kiên định của tôi mang lại sức mạnh.

Lời cầu nguyện của tôi không hề vô ích. Tôi sẽ chịu đựng mà không oán hận. Tôi sẽ gây ảnh hưởng mà không cần dùng vũ lực. Niềm tin của tôi sẽ luôn vững vàng."

Hãy lặp lại một cách bình tĩnh.

Cầu nguyện theo cấu trúc (40 phút)

1. Thờ phượng (10 phút)

Tôn vinh Chúa là Đấng nhìn thấy mọi sự kín đáo.

2. Cầu nguyện chuyển cầu (15 phút):

Hãy cầu nguyện cho gia đình bạn và các thế hệ tương lai.

3. Sức mạnh (10 phút)

Rèn luyện sức bền trong không gian khó khăn.

4. Thả lỏng (5 phút)

Hãy buông bỏ sự thiếu kiên nhẫn và bực bội.

Kết thúc bằng:

"Xin cho con thêm sức mạnh trong sự trung thành thầm lặng."

Điểm hành động

Hôm nay bạn sẽ:

1. Hãy dành ra 20 phút cầu nguyện không gián đoạn cho gia đình bạn.
2. Hãy loại bỏ một thói quen phản ứng thái quá trong gia đình bạn.
3. Hãy viết ra tên những người mà bạn sẽ cầu nguyện thay cho họ mỗi ngày.
4. Hãy chọn một hành động tử tế giữa lúc căng thẳng.
5. Hãy cam kết cầu nguyện liên tục trong 7 ngày.

NGÀY 16

Khi việc bị kết tội gây ra cái giá đầu tiên cho bạn

Người dẫn chuyện

Trước khi Isa công khai đầu hàng, anh trai của ông đã vượt qua ranh giới.

Tên ông ấy đã được nhắc đến.

Lập trường của ông ấy rất rõ ràng. Niềm tin của ông ấy không hề che giấu.

Khi ông ấy tuyên bố đức tin của mình, căng thẳng đã bùng nổ.

Phản ứng không chỉ dừng lại ở lời nói.

Một thanh kiếm được giơ lên.

Cuộc tấn công nhằm mục đích giết người.

Đây không phải là sự tức giận mang tính biểu tượng.

Đó là sự nghiêm túc ở mức độ thi hành án.

Nhưng cuộc tấn công không bao giờ diễn ra.

Anh ta đã được di chuyển khỏi vị trí đó đến một nơi khác gần đó trước khi lưỡi dao kịp chạm tới.
Sau đó, ông làm chứng rằng mình đã được di dời một cách siêu nhiên.
Khoảnh khắc đó đã thay đổi tất cả.
Niềm tin đã dẫn đến bạo lực.
Hành động bảo tồn đã hé lộ mục đích.
Ông ấy không chết.
Ông ta không rút lại lời nói của mình.
Ông ta không lùi bước.
Nhiều năm sau, ông đã đảm nhiệm vai trò lãnh đạo trong bộ máy mục vụ.
Người suýt bị giết vì cải đạo đã trở thành một người chăn cừu.
Đầu tiên là kết án.
Sau đó là đe dọa. Tiếp theo là bảo vệ. Rồi đến việc gọi điện.

Điểm tựa Kinh Thánh

Cựu Ước

"Khi họ ném Ngài vào lửa… lửa không làm tổn hại đến thân thể họ."
— Đa-ni-ên 3:27
Việc bảo quản xác nhận sự phân công.

Tân Ước

"Họ gọi hai người đến và ra lệnh cho họ không được nói gì cả… nhưng Phi-e-rơ và Giăng đáp rằng: 'Chúng tôi không thể không nói.'"
— Công vụ 4:18-20
Niềm tin vẫn được thể hiện ngay cả khi bị đe dọa.

Bài học

Trong mỗi gia đình, luôn có một người là người quan trọng nhất.

Người đầu tiên đứng lên.
Người đầu tiên phát biểu. Người đầu tiên đón nhận phản ứng.
Điều đầu tiên thường gặp phải nhiều trở ngại nhất.
Nhưng họ cũng phá bỏ rào cản cho những người khác.
Lập trường của ông đã có trước khi Isa đầu hàng.
Sự bảo tồn của ông đã trở thành một nhân chứng thầm lặng.
Lòng dũng cảm của bạn có thể mở đường cho sự chuyển mình của người khác.
Nếu ông ta rút lui,
nỗi sợ hãi sẽ càng gia tăng.
Nếu ông ta rút lại lời nói,
quyền lực sẽ càng mạnh hơn trước sự thật.
Nhưng ông vẫn đứng đó.
Việc kết tội công khai rất tốn kém.
Nhưng nó có tác dụng xúc tác.

Câu hỏi suy ngẫm

1. Tôi có sẵn lòng là người đầu tiên vâng lời không?
2. Tôi đã tránh thể hiện sự tin tưởng rõ ràng ở những khía cạnh nào?
3. Sự im lặng của tôi có làm giảm bớt lòng can đảm của người khác không?
4. Nỗi sợ hãi nào ngăn cản tôi đứng lên trước công chúng?
5. Nếu sự bảo tồn đến từ sự vâng lời, thì Chúa đang bảo vệ điều gì trong tôi?

Hãy trả lời thành thật.

Tuyên ngôn

Hãy nói to:
"Tôi sẽ đứng vững ngay cả khi mình là người tiên phong. Tôi sẽ không lùi bước trước sự đe dọa. Sự vâng lời của tôi

mở đường cho người khác. Chúa bảo vệ những gì Ngài đã định."

Hãy nhắc lại một cách dứt khoát.

Cầu nguyện theo cấu trúc (40 phút)

1. Thờ phượng (10 phút)

Tôn vinh Đức Chúa Trời là Đấng bảo vệ và che chở.

2. Lòng can đảm (10-15 phút)

Hãy cầu xin sức mạnh để đứng trước công chúng.

3. Sự bảo vệ (10 phút)

Cầu nguyện xin Chúa che chở cho sự vâng phục hữu hình.

4. Cầu nguyện chuyển cầu (5 phút)

Hãy cầu nguyện cho người nào đó đang cần sự can đảm.

Kết thúc bằng:

"Tôi đứng vững mà không hề sợ hãi."

Điểm hành động

Hôm nay bạn sẽ:

1. Hãy xác định một lĩnh vực mà bạn cần phải làm gương.
2. Hãy thể hiện sự vâng lời bằng một hành động cụ thể.
3. Khuyến khích người đang do dự đứng dậy.
4. Hãy đọc chương 3 sách Đa-ni-ên một cách chậm rãi.
5. Hãy từ chối sự im lặng bị chi phối bởi nỗi sợ hãi.

NGÀY 17

Khi sự mặc khải không còn đủ

Người dẫn chuyện

Tại Maiduguri, một sự việc đã xảy ra mà không thể giải thích theo cách thông thường.
Ông ấy mô tả việc bị bắt cóc - trải qua địa ngục trần gian.
Ông ấy nhận ra mọi người.
Không phải tội phạm.
Không phải người lạ.
Giáo viên.
Các học giả Hồi giáo.
Những người đàn ông đáng kính.
Những người đàn ông mà ông ấy đã tôn kính.
Những người đàn ông mà ông từng tin là người chính trực.
Ông ấy đã chứng kiến sự giày vò.
Rồi ông nhìn thấy thiên đường.
Trật tự.
Ánh sáng. Hòa bình.
Ông ta trở về sau cuộc chạm trán đó với tâm trạng bàng hoàng.
Nhưng ông ta không đầu hàng.
Sự thật được hé lộ đã khiến ông ấy bối rối.
Điều đó vẫn chưa thuyết phục được ông ta.
Đó là một trong những sự thật đáng suy ngẫm nhất trong toàn bộ câu chuyện.
Bạn có thể nhìn thấy thực tại tâm linh —
và vẫn có thể chống lại.
Bạn có thể được chứng kiến sự mặc khải thiêng liêng —
nhưng vẫn trì hoãn việc vâng lời.
Thông tin không đảm bảo sự chuyển đổi.

Điểm tựa Kinh Thánh

Cựu Ước

"Balaam thấy… Thiên sứ của Chúa đứng trên đường… nhưng lòng ông vẫn hướng về phần thưởng."
— Dân số ký 22:31–32 (ngữ cảnh)
Việc nhìn thấy không phải lúc nào cũng làm thay đổi ham muốn.

Tân Ước

"Dù Chúa Giê-su đã làm nhiều phép lạ trước mặt họ, họ vẫn không tin Ngài."
— Giăng 12:37
Phép màu không thể vượt qua ý chí sắt đá.

Bài học

Nhiều người tìm kiếm sự mặc khải.
Rất ít người phản hồi lại.
Bạn có thể nói:
"Giá mà tôi thấy được điều gì đó mạnh mẽ, tôi sẽ thay đổi."
Nhưng tình cảm sâu sắc hơn cả kinh nghiệm.
Sự thật được phơi bày.
Ý chí quyết định.
Có thể bạn đã biết:

- Hậu quả của sự thỏa hiệp.
- Cái giá phải trả cho tội lỗi.
- Sự cấp thiết của việc vâng lời.
- Thực tại của sự vĩnh hằng.

Nhưng kiến thức mà không đi kèm với sự chấp nhận sẽ trở thành gánh nặng.
Giữa sự phơi bày và sự phục tùng là một khoảng nguy hiểm.
Càng ở lại đó lâu,
việc đầu hàng càng trở nên khó khăn hơn.

Câu hỏi suy ngẫm

1. Tôi đã nghe những chân lý nào về cõi vĩnh hằng nhưng chưa hành động theo?
2. Tôi đã từng trải qua trường hợp nào mà người ta tin chắc nhưng lại chậm trễ trong việc phản hồi?
3. Tôi nên dựa vào kinh nghiệm thay vì sự vâng lời sao?
4. Tôi đã bỏ qua sự thật nào?
5. Nếu tôi chết hôm nay, lòng trung thành của tôi có được giải quyết dứt điểm không?

Hãy trả lời một cách nghiêm túc.

Tuyên ngôn

Hãy đứng lên và tuyên bố:
"Sự mặc khải sẽ dẫn tôi đến sự vâng phục.
Tôi sẽ không trì hoãn việc đầu phục. Tôi sẽ không cứng lòng. Điều Chúa bày tỏ cho tôi, tôi sẽ làm theo."
Lặp lại chậm rãi.

Cầu nguyện theo cấu trúc (40 phút)

1. Sự tôn kính (10 phút)

Suy ngẫm về thực tại của cõi vĩnh hằng.

2. Lời thú tội (10 phút)

Hãy nêu rõ những sự chậm trễ cụ thể trong việc tuân lệnh.

3. Dâng hiến (10-15 phút)

Hãy dâng hiến hoàn toàn ý chí của bạn cho Chúa Kitô một lần nữa.

4. Sự cân bằng (5 phút)

Hãy cầu nguyện cho một trái tim dịu dàng và nhạy cảm.
Kết thúc bằng:
"Trái tim tôi vẫn còn dịu dàng."

Điểm hành động

Hôm nay bạn sẽ:

1. Hãy viết ra một sự thật mà bạn đã trì hoãn việc hành động.
2. Hãy thực hiện ngay một bước hướng tới sự vâng lời.
3. Nhanh chóng tránh xa những thứ gây xao nhãng là dấu hiệu của sự nghiêm túc.
4. Hãy đọc chương 12 sách Giăng một cách chậm rãi.
5. Hãy dành 5 phút tĩnh lặng suy ngẫm về cõi vĩnh hằng.

NGÀY 18

Khi người cố vấn của bạn ngã

Người dẫn chuyện

Vị imam đó không phải là người xa lạ.
Anh ấy không hề xa cách.
Ông ấy là người hướng dẫn tôi từ thời thơ ấu.
Ông dạy anh ta kinh sách.
Ông dạy anh ta tính kỷ luật. Ông dạy anh ta kiến thức sâu sắc hơn. Ông giới thiệu cho anh ta những thực hành tâm linh cao cấp. Ông định hình sự hiểu biết của anh ta về quyền uy.
Niềm tin được xây dựng từ sớm.
Sự kính trọng rất sâu sắc.
Lòng trung thành rất mạnh mẽ.
Rồi cuộc đối đầu đã xảy ra.
Trong cuộc gặp gỡ mà ông mô tả, ông đã thấy lửa từ trời giáng xuống.
Và vị imam đã bị đánh trúng.
Người đã đào tạo anh ấy.
Vị lãnh đạo mà anh ấy kính trọng. Người thầy đã định hình nên con người anh ấy.
Đi mất.
Khoảnh khắc đó không chỉ đơn thuần là về cái chết.
Đó là lúc mọi thứ sắp sụp đổ.
Khi những gì đã tạo nên bạn sụp đổ,
bạn buộc phải lựa chọn.
Bạn sẽ bám víu vào lòng trung thành
hay sẽ đáp lại sự thật?
Việc rời bỏ người cố vấn không phải là chuyện dễ dàng.

Nó gây xúc động mạnh.
Nó khiến ta mất phương hướng. Cảm giác như bị phản bội.
Nhưng đôi khi Chúa đối đầu với quyền lực đã định hình nên con người bạn
, để lòng trung thành của bạn có thể được chuyển giao trọn vẹn.

Điểm tựa Kinh Thánh

Cựu Ước

"Khi Ê-li đi ngang qua, Ê-li-sa… giết bò… đốt hết dụng cụ cày ruộng… rồi đi theo Ê-li."
— 1 Các Vua 19:21
Quá trình chuyển đổi đòi hỏi sự tách biệt.

Tân Ước

"Ai yêu cha mẹ hơn Ta thì không xứng đáng với Ta."
— Ma-thi-ơ 10:37
Lòng trung thành phải được ưu tiên hơn tình cảm gắn bó.

Bài học

Người hướng dẫn định hình nên bản sắc.
Những người cha tinh thần định hình thế giới quan.
Giáo viên định hình niềm tin.
Nhưng không người thầy nào quan trọng hơn chân lý.
Lòng trung thành trở nên nguy hiểm khi nó lấn át sự thật.
Việc phá vỡ những hệ thống đã được kế thừa có thể gây ra cảm giác bạo lực bên trong.
Bạn mất đi sự quen thuộc.
Bạn mất đi cấu trúc. Bạn mất đi sự chấp thuận.
Bạn thậm chí có thể đau buồn.
Nhưng sự trưởng thành đòi hỏi phải buông bỏ những gì không còn đúng nữa.
Ngọn lửa thiêu rụi người thầy không chỉ đơn thuần là sự hủy diệt.
Vấn đề là ở việc được nhiều người biết đến.
Đôi khi, Chúa sẽ phá bỏ quyền lực mà bạn từng dựa vào.

Không phải để hủy diệt bạn —
mà là để giải phóng bạn.

Câu hỏi suy ngẫm

1. Ai là người có ảnh hưởng sâu sắc nhất đến bản sắc tâm linh của tôi?
2. Tôi có từng đề cao bất kỳ người cố vấn nào hơn cả sự thật không?
3. Tôi nên bảo vệ những hệ thống mà tôi chưa từng kiểm tra ở đâu?
4. Tôi sợ đặt câu hỏi về thẩm quyền nào?
5. Lòng trung thành của tôi dành cho Chúa Kitô hay cho một cá nhân nào đó?

Hãy trả lời cẩn thận.

Tuyên ngôn

Hãy nói to:
"Lòng trung thành của tôi trên hết thảy là dành cho Chúa Kitô.
Không người thầy nào quan trọng hơn chân lý. Tôi từ bỏ lòng trung thành sai lầm. Tôi chọn sự mặc khải hơn truyền thống."
Lặp lại chậm rãi.

Cầu nguyện theo cấu trúc (40 phút)

1. Tôn kính (10 phút)
Tôn vinh Chúa Kitô là đấng có thẩm quyền tối cao.
2. Thả lỏng (10-15 phút)
Hãy gọi tên bất kỳ lòng trung thành sai chỗ nào và từ bỏ nó.
3. Chữa lành (10 phút)
Cầu nguyện để có được sự sáng tỏ về mặt cảm xúc khi sự chia ly đã gây tổn thương.
4. Sự hòa hợp (5 phút)
Tái khẳng định Chúa Kitô là Chúa duy nhất của bạn.
Kết thúc bằng:

"Lòng trung thành của tôi đã được định đoạt."

Điểm hành động

Hôm nay bạn sẽ:

1. Hãy xác định một niềm tin được thừa hưởng mà không cần xem xét kỹ lưỡng.
2. Hãy tự mình nghiên cứu Kinh Thánh về vấn đề đó.
3. Hãy loại bỏ sự phụ thuộc không lành mạnh vào một cá tính nào đó.
4. Hãy cầu nguyện để có được sự sáng suốt về mặt tâm linh.
5. Hãy củng cố mối quan hệ trực tiếp của bạn với Chúa Kitô.

NGÀY 19

Khi Trời Cao lay động — Nhưng Chỉ Có Một Người Đáp Lại

Người dẫn chuyện

Lửa bùng lên.
Người cố vấn đã rất ngạc nhiên.
Những người có mặt đã chứng kiến điều gì đó.
Nhưng họ không nhìn thấy những gì ông ấy đã thấy.
Một số người chỉ thấy những vết thương sưng tấy.
Một số người bị thương.
Một số người đã chứng kiến hậu quả.
Nhưng ông đã nhận thấy sự can thiệp của thần thánh.
Cùng một sự kiện.
Nhưng nhận thức khác nhau. Kết quả khác nhau.
Không phải ai chứng kiến vụ cháy cũng đều hối hận.
Không phải ai cũng cải đạo.
Nhưng có một người đã bị đánh dấu.
Ngọn lửa không phải để dành cho đám đông.
Đó là dành cho anh ấy.
Trời đất không chuyển động theo đa số phiếu.
Trời đất vận hành theo sự sắp đặt.

Điểm tựa Kinh Thánh
Cựu Ước
"Rồi Đức Giê-hô-va đáp lời Gióp từ trong cơn gió lốc…"
— Gióp 38:1
Khi Chúa phán, lời ấy mang tính cá nhân trước khi mang tính công khai.
Tân Ước

"Và đột nhiên, một ánh sáng từ trời chiếu rọi xung quanh Ngài… Những người cùng đi với Ngài đứng đó chết lặng; họ nghe thấy tiếng động nhưng không thấy ai cả."
— Công vụ 9:3-7
Phaolo ngã.
Những người khác thì đứng lên.
Anh ta nghe thấy những lời nói.
Họ nghe thấy âm thanh.
Cùng một sự kiện. Nhưng
cuộc gặp gỡ khác nhau.

Bài học

Không phải ai chứng kiến quyền lực cũng trải qua sự biến đổi.
Đám đông có thể chứng kiến.
Người ta có thể hối hận.
Thiên đường không vui mừng khi các thành phố phản ứng theo cảm xúc.
Kinh Thánh chép rằng:
"Các thiên sứ của Đức Chúa Trời vui mừng về một tội nhân ăn năn hối cải."
— Lu-ca 15:10
Thứ nhất.
Đức Chúa Trời sẽ dời cả trời đất.
Ngọn lửa có thể thiêu đốt một trái tim.
Mù lòa có thể ập đến chỉ vì một lời kêu gọi.
Một cơn lốc xoáy cũng có thể thay lời cho một người chính trực.
Đừng đánh giá sự vận động của Thượng đế dựa trên số người hưởng ứng .
Hãy đánh giá điều đó bằng sự vâng lời.
Nếu không ai khác trả lời —
và bạn trả lời — thì thiên đường sẽ vui mừng.

Câu hỏi suy ngẫm

1. Phải chăng tôi đã cho rằng những phép lạ hiển nhiên sẽ đảm bảo sự ăn năn hối cải hàng loạt?
2. Tôi có đang chờ người khác trước khi trả lời không?
3. Phải chăng tôi đã bỏ qua những trải nghiệm thiêng liêng chỉ vì những trải nghiệm khác không thay đổi?
4. Chúa đã làm điều gì cho cá nhân tôi mà người khác không nhận thấy?
5. Nếu chỉ có mình tôi trả lời, liệu tôi có còn tuân theo không?

Hãy trả lời một cách sâu sắc.

Tuyên ngôn

Hãy nói to:

"Nếu trời đất lay động, tôi sẽ đáp lại.

Dù tôi chỉ đứng một mình. Cuộc gặp gỡ của Chúa với tôi là chuyện riêng tư. Tôi sẽ không chờ đợi đám đông. Tôi chọn sự ăn năn."

Lặp lại chậm rãi.

Cầu nguyện theo cấu trúc (40 phút)

1. Tôn kính (10 phút)

Thừa nhận quyền tối cao của Chúa trong những cuộc gặp gỡ cá nhân.

2. Lòng biết ơn (10 phút)

Hãy tạ ơn Ngài vì những điều Ngài đã mặc khải cho cuộc sống của bạn.

3. Đầu hàng (10-15 phút)

Hãy dâng hiến bản thân mình một lần nữa với tư cách là người đáp lại.

4. Cầu thay (5 phút)

Hãy cầu nguyện cho người khác — nhưng đừng trì hoãn việc vâng lời.

Kết thúc bằng:

"Hãy để tôi là người trả lời."

Điểm hành động

Hôm nay bạn sẽ:

1. Hãy suy ngẫm về một khoảnh khắc thiêng liêng trong cuộc đời bạn mà người khác không trân trọng.
2. Hãy viết ra những thay đổi mà khoảnh khắc đó mang lại cho bạn.
3. Đừng chờ đợi sự đồng thuận tập thể để tuân lệnh.
4. Hãy đọc chậm chương 9 sách Công vụ các Tông đồ.
5. Cảm ơn Chúa vì Ngài luôn hành động vì mỗi người.

Bài học thô sơ

Một số người nhìn thấy vết thương.
Ông ấy nhìn thấy lửa.
Một số người bị thương.
Anh ta đã nhìn thấy sự phơi bày.
Một số người chứng kiến một người đàn ông gục ngã.
Ông chứng kiến quyền lực sụp đổ.
Cùng một sự kiện. Nhưng
trái tim mỗi người khác nhau.
Bạn không thể kiểm soát cách người khác nhìn nhận vấn đề.
Bạn có thể kiểm soát cách mình phản ứng.
Thiên đường hân hoan trước một điều.
Hãy trở thành người đó.

NGÀY 20

Vì lợi ích của một người

Người dẫn chuyện

Lửa bùng lên.
Rất nhiều người đã có mặt.
Chỉ có một người bị lay động và ăn năn hối lỗi.
Tại Maiduguri, khi ông được đưa đi và cho thấy địa ngục rồi thiên đường, có những người khác ở xung quanh ông.
Nhưng chỉ có mình anh ta bị bắt.
Chỉ mình anh ta nhìn thấy thành phố.
Chỉ mình anh ta nhìn thấy sự giày vò. Chỉ mình anh ta bước đi qua nơi mà anh ta mô tả là một thành phố vàng rực rỡ tuyệt đẹp. Chỉ mình anh ta trở về với tâm trạng rối bời.
Rất nhiều người đã có mặt.
Một hình ảnh đã được hiển thị.
Cuộc gặp gỡ này không nhằm mục đích gây chú ý.
Nó được thiết kế để chuyển đổi.
Thiên đường không cần đám đông để biện minh cho sự vận động.
Trời đất như chuyển động vì một người.

Điểm tựa Kinh Thánh
Cựu Ước
“ Đức Giê-hô-va phán cùng Sa-tan rằng: 'Ngươi có để ý đến tôi tớ Ta là Gióp không?'”
— Gióp 1:8
Thiên đường sẽ tạm dừng vì một người đàn ông.
Không phải một quốc gia.
Mà là một.
Tân Ước

"Trong số các ngươi, ai có một trăm con chiên, nếu mất một con, há chẳng bỏ lại chín mươi chín con kia… cho đến khi tìm được con ấy sao?"
— Lu-ca 15:4
Trời phái vô số người để cứu rỗi một người.
Và một lần nữa:
"Các thiên sứ của Đức Chúa Trời vui mừng về một tội nhân ăn năn hối cải."
— Lu-ca 15:10
Không phải hàng ngàn.
Chỉ một.

Bài học
Công tác truyền giáo hiện đại thường đánh giá sự thành công bằng số liệu.
Quy mô đám đông. Số lượng người tham dự.
Số liệu thống kê.
Nhưng thiên đường lại có cách đo lường khác.
Chất lượng của sự đầu hàng.
Chiều sâu của sự chuyển giao. Tính chân thành của sự ăn năn.
Trong cuộc chạm trán bằng lửa, những người khác đã chứng kiến — nhưng chỉ có một trái tim tan vỡ.
Tại Maiduguri, những người khác cũng có mặt — nhưng chỉ có một người được đưa đi xem thiên đường và địa ngục.
Thành phố vàng không được hé lộ chỉ để mua vui.
Việc này được tiết lộ nhằm đối mặt với lòng trung thành.
Bạn có thể thuyết giảng cho hàng ngàn người.
Nhưng có lẽ trời đang ưu ái một người nào đó.
Nếu ai đó thay đổi lòng trung thành,
trời đất sẽ vui mừng.
Chúa không cần sự hưởng ứng của số đông để chứng thực sự vận động của Ngài.
Hắn cần phải đầu hàng.

Câu hỏi suy ngẫm

1. Tôi có nên đo lường tác động tâm linh bằng các con số không?
2. Phải chăng tôi đã đánh giá thấp sự chuyển đổi cá nhân?
3. Nếu chỉ có mình tôi trả lời, liệu tôi có còn tuân theo không?
4. Tôi có đang chờ đợi sự đồng thuận của cả nhóm trước khi đưa ra quyết định không?
5. Tôi có coi trọng chiều sâu cũng như sự rõ ràng không?

Trả lời mà không cần trình bày kết quả.

Tuyên ngôn

Hãy nói to:

"Tôi sẽ không đánh giá sự vận động của Chúa bằng những con số.

Nếu thiên đường dành cho tôi, tôi sẽ đáp lại. Tôi coi trọng chiều sâu hơn sự phô trương. Tôi chọn chất lượng hơn số lượng. Hãy để tôi là người đó."

Lặp lại chậm rãi.

Cầu nguyện theo cấu trúc (40 phút)

1. Lòng tôn kính (10 phút)

Hãy thừa nhận rằng Chúa nhìn thấy mỗi người.

2. Lòng biết ơn (10 phút)

Hãy cảm ơn Chúa vì những trải nghiệm cá nhân trong cuộc sống của bạn.

3. Dâng hiến (10-15 phút)

Hãy dâng hiến trọn vẹn bản thân, ngay cả khi không có ai khác cùng tham gia.

4. Cầu nguyện chuyển cầu (5 phút)

Hãy cầu nguyện cho một người cụ thể được gặp gỡ Chúa Kitô.

Kết thúc bằng:

"Dù phải đứng một mình, tôi vẫn sẽ tuân lệnh."

Điểm hành động

Hôm nay bạn sẽ:

1. Đừng so sánh thành công về mặt tâm linh với quy mô đám đông.
2. Hãy cầu nguyện một cách thành tâm cho một người cụ thể bằng tên của người đó.
3. Hãy viết ra những điều Chúa đã làm cho cá nhân bạn.
4. Hãy đọc chương 15 sách Lu-ca một cách chậm rãi.
5. Hãy tập trung vào chiều sâu hơn là sự nổi tiếng.

Mô hình sâu xa hơn

Phaolo ngã.
Những người khác cũng nghe thấy âm thanh.
Công việc đã được kiểm thử.
Thế giới vẫn tiếp diễn.
Người chăn cừu để lại chín mươi chín con.
Thứ nhất.
Tại Maiduguri:
Nhiều người ở gần đó. Chỉ một người được thấy thiên đường. Chỉ một người được nhìn thấy thành phố vàng. Chỉ một người trở về với nỗi lòng day dứt.
Thiên đường không cần sự đồng thuận của số đông.
Thiên đường tìm kiếm những tấm lòng quy phục.
Hãy là trái tim ấy.

NGÀY 21

Bị bắn. Bị trúng đạn. Được cho là đã chết.

Người dẫn chuyện

Sự phản đối đã leo thang trước đó.
Các mối đe dọa là có thật.
Nhưng lần này không phải là lời cảnh báo.
Đó là cuộc hành quyết.
Anh ta bị tấn công.
Tiếng súng nổ ra.
Đạn găm vào người anh ta.
Một vật bằng kim loại đập mạnh vào đầu anh ta.
Máu chảy ra từ da đầu anh ta.
Va chạm đó đáng lẽ phải làm vỡ xương.
Sọ không bị vỡ.
Tình trạng chảy máu rất nghiêm trọng.
Anh ta bị trúng đạn.
Anh ta gục xuống. Mọi người cho rằng anh ta đã chết.
Ông ta được đưa vào trong một chiếc xe — không phải để cứu hộ, mà như một người đã nằm trong số những người thiệt mạng.
Nhưng ông ta vẫn chưa chết.
Anh ấy đã tỉnh lại.
Sau đó, ông kể lại rằng nhiều viên đạn đã được lấy ra khỏi cơ thể ông.
Kim loại xâm nhập vào mô mềm nhưng không phá hủy các cơ quan nội tạng quan trọng.
Vết thương ở đầu chảy máu rất nhiều — nhưng hộp sọ vẫn còn nguyên vẹn.

Các bác sĩ không thể giải thích tại sao mức độ tổn thương lại không nghiêm trọng hơn.
Đây không hề là cảm giác khó chịu.
Đây là lúc cận kề cái chết.
Và đó không phải là lần thứ đầu tiên.
Theo lời kể của ông, đã có nhiều vụ ám sát bất thành — hơn bảy lần.
Bảo tồn không phải là lý thuyết.
Việc đó đã được lặp lại.
Có thời điểm, do mức độ nghiêm trọng của vết thương và mối đe dọa vẫn tiếp diễn, sự can thiệp ở cấp quốc gia đã sắp xếp để đưa ông ra khỏi đất nước để điều trị tại Hoa Kỳ.
Sự sống còn chuyển từ phép màu sang mệnh lệnh.
Ông ấy không chết.
Nhưng cái giá phải trả là máu.

Điểm tựa Kinh Thánh
Cựu Ước
"Có ngàn người ngã gục bên sườn ngươi, mười ngàn người ngã gục bên tay phải ngươi, nhưng tai họa ấy sẽ không đến gần ngươi."
— Thi thiên 91:7
Cận kề cái chết không đồng nghĩa với thất bại.
Tân Ước
"Họ ném đá Phao-lô và lôi ông ra ngoài thành, cho rằng ông đã chết. Nhưng sau khi các môn đồ vây quanh ông, ông liền đứng dậy…"
— Công vụ 14:19-20
Được cho là đã chết.
Nhưng vẫn chưa hoàn thành.

Bài học
Có những thời điểm mà sự vâng lời phải trả giá bằng máu.
Không phải là sự bất tiện mang tính ẩn dụ.
Không phải là sự khó chịu về mặt xã hội.

Nhưng đó là mất mát thực sự.
Tuy nhiên, việc sống sót dưới mức độ tấn công đó đặt ra một câu hỏi:
Tại sao tôi lại được bảo quản?
Không phải ai cũng sống sót sau vụ nổ súng.
Không phải ai cũng sống sót sau nhiều lần thử.
Nếu việc bảo quản được lặp lại, thì
nhiệm vụ phải được thực hiện một cách nghiêm túc.
Có thể bạn sẽ không bao giờ phải đối mặt với đạn.

Nhưng bạn đã từng trải qua những khoảnh khắc có thể cướp đi mạng sống của bạn:

- Khủng hoảng về thể chất.
- Tai nạn.
- Sụp đổ.
- Suy sụp tinh thần.
- Những quyết định có thể đã hủy hoại tương lai của bạn.

Bạn vẫn còn ở đây.
Việc bảo tồn làm tăng thêm trách nhiệm.
Việc bảo tồn càng mạnh mẽ,
sứ mệnh càng trở nên nghiêm túc.

Câu hỏi suy ngẫm

1. Tôi đã sống sót qua chuyện gì mà đáng lẽ ra kết cục phải khác đi?
2. Tôi có đang xem nhẹ việc bảo quản không?
3. Nhiệm vụ nào có thể biện minh cho sự sống còn của tôi?
4. Tôi đang sống cẩn thận hay bất cẩn?
5. Nếu tôi thực sự tin rằng cuộc đời mình được ban cho một mục đích nào đó, thì điều gì sẽ thay đổi?

Hãy viết cụ thể.

Tuyên ngôn
Hãy đứng lên và tuyên bố:
"Tôi không sống sót một cách ngẫu nhiên.
Điều lẽ ra phải hủy diệt tôi đã không xảy ra. Sự sống còn của tôi là một nhiệm vụ. Tôi sẽ không lãng phí mạng sống được trân trọng này."
Hãy lặp lại điều đó với sự chắc chắn.

Cầu nguyện theo cấu trúc (45 phút)
1. Lòng biết ơn (10 phút)
Cảm ơn Chúa vì đã gìn giữ sự sống.
2. Tưởng nhớ (10 phút)
Suy ngẫm về việc thảm họa đã cận kề đến mức nào.
3. Dâng hiến (15 phút)
Hãy dâng trọn tương lai của bạn cho mục đích của Ngài.
4. Lòng can đảm (10 phút)
Hãy cầu xin sự dũng cảm để hoàn thành nhiệm vụ mà không sợ hãi.
Kết thúc bằng:
"Nếu Ngài đã gìn giữ con, xin hãy dùng con."

Điểm hành động
Hôm nay bạn sẽ:
1. Hãy viết ra những khoảnh khắc suýt chút nữa đã hủy hoại bạn.
2. Hãy ăn năn về lối sống phóng túng.
3. Hãy loại bỏ một thói quen tự hủy hoại bản thân.
4. Hãy đọc lớn Thi Thiên 91.
5. Hãy mạnh dạn tiến một bước nữa để gọi điện.

Sự thật trần trụi
Máu đã chảy.
Kim loại va chạm vào xương.
Đạn găm vào thịt.
Ông ấy được khiêng đi như thể đã hoàn thành xong việc.

Nhưng ông ấy đã đứng dậy.
Giống như Phaolô, người ta cho rằng ông đã chết — nhưng thực ra chưa chết hẳn.
Sự kiên cường trong hoàn cảnh bạo lực không tạo nên lòng tự hào.
Nó tạo ra sự cấp bách.

NGÀY 22

Được bảo tồn ở quy mô lớn

Người dẫn chuyện

Cuộc tấn công không mang tính biểu tượng.
Tiếng súng nổ ra.
Đạn găm vào người anh ta.
Một vật bằng kim loại đập mạnh vào đầu anh ta.
Máu chảy xuống mặt anh ta.
Các nhân chứng tin rằng ông ta đã chết.
Ông ấy được đưa đi như một người đàn ông hoàn thiện.
Nhưng ông ta vẫn chưa nói xong.
Anh ấy đã tỉnh lại.
Các bác sĩ sau đó đã lấy nhiều viên đạn ra khỏi cơ thể anh ta.
Kim loại đã xâm nhập vào cơ thể — nhưng các cơ quan nội tạng quan trọng vẫn được bảo toàn.
Vết thương ở đầu chảy máu rất nhiều — nhưng hộp sọ không bị vỡ.
Thiệt hại lẽ ra phải rất thảm khốc.
Không phải vậy.
Đây không phải là một chấn thương nhẹ.
Đây suýt nữa thì là án tử hình.
Và đó không phải là lần thử đầu tiên.
Theo lời kể của ông, đã có nhiều vụ ám sát bất thành — hơn bảy lần.
Việc bảo tồn đã trở nên lặp đi lặp lại.
Mức độ đe dọa đã tăng lên.
Vấn đề đã vượt ra ngoài phạm vi thù địch địa phương.
Vấn đề này đã trở thành mối quan tâm quốc gia.
Vào thời điểm đó, Tổng thống Nigeria là Goodluck Jonathan - một nhà lãnh đạo theo đạo Cơ đốc.

Sự can thiệp đã được thực hiện ở cấp cao nhất.
Đã có sự sắp xếp để đưa ông ấy sang Hoa Kỳ để khám và điều trị y tế.
Sau tiếng súng.
Sau khi mất máu. Sau chấn thương đầu.
Ông ấy đã được khám xét kỹ lưỡng.
Kết quả nghiên cứu rất rõ ràng:
Còn sống.
Nhận thức hoàn toàn bình thường. Không tổn thương thần kinh vĩnh viễn. Không gãy xương sọ. Không tổn thương cấu trúc.
Ông ấy sống sót an toàn.
Nhưng mối nguy hiểm vẫn chưa biến mất.
Việc bảo vệ trở nên cần thiết.
Đã có người hộ tống.
Việc di chuyển được kiểm soát chặt chẽ.
Việc đi lại không còn bình thường nữa.
Lực lượng an ninh đã bao vây anh ta.
Khi một người đàn ông phải di chuyển cùng người hộ tống, điều đó có nghĩa là mối đe dọa là có thật.
Công tác bảo tồn đã trở nên rõ ràng.
Ông ấy vẫn còn sống.
Nhưng anh ta đã bị đánh dấu.

Điểm tựa Kinh Thánh

Cựu Ước

"Đa-ni-ên được đưa ra khỏi hang, không hề bị thương tích gì, vì ông tin vào Đức Chúa Trời của mình."
— Đa-ni-ên 6:23
Bị ném vào.
Được đưa ra ngoài. Bên trong vẫn nguyên vẹn.

Tân Ước

"Viên chỉ huy ra lệnh đưa Phao-lô vào doanh trại... và ra lệnh cho binh lính canh giữ ông."
— Công vụ 23:10
Được bảo vệ vì nhiệm vụ vẫn còn hiệu lực.

Bài học

Bảo quản ở mức độ này không mang lại sự thoải mái.
Đây là sự xác nhận.
Khi đạn không kết liễu được bạn,
khi hộp sọ không vỡ, khi các cuộc khám nghiệm không phát hiện ra sự tàn phá lâu dài, khi chính quyền quốc gia can thiệp, khi có người hộ tống —
Bạn phải hỏi:
Tại sao tôi lại được tha mạng?
Sự sống còn làm tăng thêm trách nhiệm.
Việc bảo vệ giúp tăng cường trách nhiệm giải trình.
Nếu Chúa che chở bạn một cách riêng tư,
hãy biết ơn.
Nếu Ngài bảo vệ bạn trước công chúng,
hãy giữ thái độ tỉnh táo.
Nếu Ngài che chở bạn,
đừng sống tùy tiện.
Bạn không sống chỉ để tiện lợi.
Bạn còn sống để thực hiện nhiệm vụ.

Câu hỏi suy ngẫm

1. Phải chăng tôi đã sống sót sau một chuyện lẽ ra phải kết thúc khác đi?
2. Tôi có nên xem nhẹ việc bảo quản sự sống không?
3. Việc được tha tội đi kèm với trách nhiệm gì?
4. Tôi có đang sống có chủ đích không?
5. Nếu Chúa ban sự bảo vệ cho tôi, liệu cuộc sống của tôi có xứng đáng với điều đó không?

Hãy trả lời thành thật.

Tuyên ngôn

Hãy đứng lên và tuyên bố:

"Cuộc đời tôi được gìn giữ cho có mục đích.

Điều lẽ ra phải hủy hoại tôi đã không xảy ra. Tôi sẽ sống có trách nhiệm.

Tôi sẽ không lãng phí lòng thương xót của Chúa.

Sự gìn giữ khẳng định sứ mệnh."

Lặp lại chậm rãi.

Cầu nguyện theo cấu trúc (45 phút)

1. Lòng biết ơn (10 phút)

Cảm ơn Chúa vì đã gìn giữ sự sống.

2. Tưởng nhớ (10 phút)

Nhận thức về mức độ nguy hiểm cận kề.

3. Dâng hiến (15 phút)

Hãy chủ động dâng tương lai của bạn cho Chúa.

4. Nhiệm vụ (10 phút)

Hãy cầu xin lòng can đảm để hoàn thành sứ mệnh của bạn.

Kết thúc bằng:

"Nếu Ngài đã gìn giữ con, xin hãy dùng con."

Điểm hành động

Hôm nay bạn sẽ:

1. Hãy ghi lại những khoảnh khắc bạn được lưu giữ.
2. Hãy loại bỏ một hành vi thiếu thận trọng.
3. Hãy đọc chương 6 sách Đa-ni-ên một cách chậm rãi.
4. Cảm ơn Chúa vì sự bảo vệ vô hình.
5. Hãy tiến một bước có chủ đích hướng tới mục tiêu.

NGÀY 23

Đã được ghi dấu — Nhưng không hề lay chuyển

Người dẫn chuyện

Sau vụ nổ súng.
Sau khi sơ tán.
Sau khi được bác sĩ cho phép.
Sau khi người hộ tống được chỉ định.
Cuộc sống không trở lại bình thường.
Ông ta không còn là người vô danh nữa.
Anh ta đã bị đánh dấu.
Không phải theo nghĩa tượng trưng.
Một cách tích cực.
Nhân viên an ninh đã đi cùng ông.
Việc di chuyển đòi hỏi sự phối hợp.
Việc đánh giá sự hiện diện trước công chúng là cần thiết.
Mức độ đe dọa không phải là tin đồn.
Họ đã bị theo dõi.
Sống thận trọng tức là sống tỉnh táo.
Sống tỉnh thức chính là sống có kỷ luật.
Nhưng đây mới là phần quan trọng:
Ông ấy không ngừng rao giảng.
Ông ấy không hề chùn bước trước lời kêu gọi đó.
Ông ấy không làm loãng thông điệp để giảm thiểu rủi ro.
Ông tiếp tục.
Vẫn sống với những dấu ấn ấy — nhưng không hề lay chuyển.

Điểm tựa Kinh Thánh

Cựu Ước

"Từ ngày đó trở đi, Sau-lơ luôn theo sát Đa-vít."
— 1 Sa-mu-ên 18:9

Đã xem.
Nhắm mục tiêu.
Vẫn được chọn.

Tân Ước

"Vì Ta sẽ cho người ấy thấy người ấy phải chịu khổ nhiều thế nào vì danh Ta."
— Công vụ 9:16

Đã đánh dấu từ quá trình chuyển đổi.
Nhưng đã được chỉ định.

Bài học

Một số tín đồ chỉ giữ vững đức tin khi không ai để ý đến họ.
Nhưng khi sự vâng lời thu hút sự chú ý,
nỗi sợ hãi bắt đầu tìm cách thương lượng để thỏa hiệp.
Việc bị đánh dấu cho thấy động cơ.
Bạn phục vụ vì sự an ủi
hay vì sứ mệnh?
Khi tính mạng của bạn bị theo dõi:

- Bạn hãy nói cẩn thận hơn.
- Bạn di chuyển một cách có chủ đích hơn.
- Bạn cầu nguyện một cách nghiêm túc hơn.

Mối đe dọa thanh lọc sự tùy tiện.
Có thể bạn sẽ không bao giờ có người hộ tống.
Nhưng bạn mang dấu ấn tâm linh.
Kẻ thù để ý đến những người có đức tin chân thành.

Một cách hời hợt, Cơ Đốc giáo thường ít gặp phải sự phản đối.

Lòng trung thành tuyệt đối sẽ thu hút sự soi xét.

Câu hỏi là:

Việc nhận thức được sự phản đối sẽ giúp bạn trưởng thành hơn

hay làm bạn sợ hãi?

Câu hỏi suy ngẫm

1. Phải chăng tôi chỉ chung thủy khi không ai nhìn thấy?
2. Liệu tôi có tiếp tục nếu sự vâng lời của tôi lại gây ra sự thù địch?
3. Tôi đã làm suy yếu niềm tin của mình ở những khía cạnh nào để tránh sự chú ý?
4. Tôi có sống với nhận thức rằng cuộc sống của mình mang một ý nghĩa tâm linh quan trọng không?
5. Tôi có đủ nghiêm túc để được chú ý không?

Hãy trả lời một cách bình tĩnh, không khoa trương.

Tuyên ngôn

Hãy đứng lên và tuyên bố:

"Tôi sẽ không lùi bước chỉ vì bị đánh dấu.

Sự phản đối sẽ tôi luyện tôi. Tôi phục vụ bằng lời kêu gọi, chứ không phải bằng sự an ủi. Tôi vẫn kiên định."

Hãy nhắc lại một cách dứt khoát.

Cầu nguyện theo cấu trúc (40-45 phút)

1. Thờ phượng (10 phút)

Hãy thừa nhận Chúa Kitô là Chúa tể của mọi trận chiến trong cuộc đời bạn.

2. Sức mạnh (15 phút)
Cầu nguyện để có sức chịu đựng trong lúc bị theo dõi.
3. Phân định (10 phút)
Hãy cầu xin sự khôn ngoan qua sự vâng phục thể hiện rõ ràng.
4. Can đảm (5-10 phút)
Hãy mạnh dạn nhưng đừng liều lĩnh.
Kết thúc bằng:
"Tôi vẫn đứng vững."

Điểm hành động

Hôm nay bạn sẽ:

1. Hãy xác định một lĩnh vực mà nỗi sợ hãi đã làm thay đổi sự vâng lời của bạn.
2. Hãy sửa lỗi đó ngay lập tức.
3. Hãy cầu nguyện cho những người tin Chúa đang sống trong tình trạng bị đe dọa trên toàn cầu.
4. Hãy đọc chậm chương 18 sách 1 Sa-mu-ên.
5. Hãy tập trung vào một thói quen trong cuộc sống của bạn.

NGÀY 24

Nâng cao tiêu chuẩn

Người dẫn chuyện

Sau vụ cháy.
Sau khi đầu hàng.
Sau những viên đạn.
Sau khi sơ tán.
Sau khi có người hộ tống.
Nhiệm vụ không bị thu hẹp lại.

Nó đã được mài sắc.
Ông ấy đã công khai tuyên bố rằng khi được cứu rỗi, Chúa đã nói với ông ấy:
"Hãy đi và khiêu khích những người canh gác vào vị trí của họ, hầu cho ta khỏi tiêu diệt dân chúng."
Đây không phải là lời lẽ nhẹ nhàng.
Đó là ngôn ngữ thể hiện trách nhiệm giải trình.
Diễn biến câu chuyện đã chuyển từ:
Cứu rỗi cá nhân → Bảo tồn cộng đồng → Bảo vệ quốc gia.
Giờ thì nó đã chuyển sang giai đoạn:
Trách nhiệm.
Thông điệp không chỉ đơn thuần là "hãy giữ an toàn".
Đó là "nâng cao tiêu chuẩn".
Vì ông ấy đã nhìn thấy:
Sự nhiệt thành tôn giáo thiếu kiến thức.
Sự giả tạo trong Giáo hội. Sự thỏa hiệp trong lãnh đạo. Sự lười biếng về mặt tâm linh.
Để sinh tồn, không phải là trốn tránh.
Đó là để báo động.

Điểm tựa Kinh Thánh

Cựu Ước

"Hỡi con người, Ta đã đặt ngươi làm người canh giữ… vậy nên ngươi phải nghe lời từ miệng Ta và cảnh báo họ thay mặt Ta."
— Ê-xê-chi-ên 33:7
Lính canh không mang tính giải trí.
Họ cảnh báo.

Tân Ước

"Tuy nhiên, nền tảng vững chắc của Đức Chúa Trời vẫn còn đó… Ai xưng danh Chúa Kitô thì hãy lìa bỏ điều gian ác."
— 2 Ti-mô-thê 2:19

Nâng cao tiêu chuẩn bắt đầu từ sự thánh thiện.

Bài học

Đến một thời điểm nào đó, niềm tin cá nhân phải trở thành trách nhiệm cộng đồng.

Người gác đêm làm ba việc:

1. Đứng vào vị trí.
2. Nhìn rõ mọi thứ.
3. Nói đúng sự thật.

Những người canh gác không được ưa chuộng.

Chúng rất cần thiết.

Sự thỏa hiệp lan rộng khi người canh gác ngủ say.

Sự đạo đức giả lan rộng khi những người canh gác im lặng.

Sự suy thoái đạo đức gia tăng khi những người canh gác hòa mình vào đám đông.

Bạn không được phép có một diễn đàn quốc gia.

Nhưng bạn vẫn phải gánh vác trách nhiệm ở một nơi nào đó.

Trong gia đình bạn.

Trong nhà thờ của bạn. Tại nơi làm việc của bạn. Trong thế hệ của bạn.

Nâng cao tiêu chuẩn không có nghĩa là lên án mọi người.

Điều đó có nghĩa là sống đúng với những gì bạn tuyên bố.

Câu hỏi suy ngẫm

1. Chúa đã đặt tôi làm người canh gác ở đâu?
2. Phải chăng tôi im lặng để được chấp nhận?
3. Tôi đã chấp nhận sự thỏa hiệp ở những trường hợp nào?
4. Liệu tôi có đang sống ở mức độ mà tôi mong đợi từ người khác?
5. Trước tiên, tôi cần đặt ra tiêu chuẩn nào trong cuộc sống của mình?

Hãy trả lời một cách tỉnh táo.

Tuyên ngôn

Hãy đứng lên và tuyên bố:

"Tôi chấp nhận chức vụ của mình.

Tôi sẽ không thỏa hiệp. Tôi sẽ nâng cao tiêu chuẩn trong lĩnh vực của mình. Tôi sẽ sống đúng với những gì mình tuyên bố."

Hãy nhắc lại điều đó một cách nghiêm túc.

Cầu nguyện theo cấu trúc (45 phút)

1. Thờ phượng (10 phút)

Tôn vinh Đức Chúa Trời là Đấng thánh.

2. Ăn năn (15 phút)

Thú nhận sự thỏa hiệp cá nhân.

3. Cầu nguyện chuyển cầu (10 phút):

Cầu nguyện cho các vị lãnh đạo và sự trong sạch của hội thánh.

4. Nhiệm vụ (10 phút)

Hãy mạnh dạn đứng lên.

Kết thúc bằng:

"Hãy biến tôi thành một người canh gác trung thành."

Điểm hành động

Hôm nay bạn sẽ:

1. Hãy xác định một điểm yếu trong cuộc sống của bạn và khắc phục nó.
2. Hãy khích lệ những người đang lạc lối về mặt tâm linh.
3. Hãy nghiên cứu kỹ Ê-xê-chi-ên chương 33.
4. Hãy loại bỏ một ảnh hưởng làm giảm tiêu chuẩn tâm linh của bạn.
5. Hãy cam kết duy trì sự thánh thiện cá nhân một cách nhất quán.

NGÀY 25

Hãy xây dựng những thứ sẽ trường tồn mãi mãi.

Người dẫn chuyện

Hồi giáo cực đoan có cấu trúc.
Các chu kỳ cầu nguyện được lên lịch.
Việc nhịn ăn được thực hiện đều đặn. Sự lặp đi lặp lại được bắt buộc.
Cường độ luyện tập đã được tăng cường.
Khi ông ấy cải đạo, chỉ riêng cảm xúc thôi là chưa đủ.
Công trình này cần phải được xây dựng lại.
Nếu việc phạm sai lầm có kỷ luật có thể tạo nên sự cam kết triệt để,
thì việc tìm kiếm sự thật có kỷ luật chắc chắn sẽ tạo nên sức chịu đựng mạnh mẽ hơn.
Sống sót dưới làn đạn không đủ để giúp anh ta trụ vững.
Sự hình thành đã diễn ra.
Sự bức hại không giúp bảo tồn đức tin.
Cấu trúc đóng vai trò quan trọng.

Điểm tựa Kinh Thánh
Cựu Ước
"Chiều, sáng và trưa, tôi sẽ cầu nguyện và kêu lớn tiếng, và Ngài sẽ nghe tiếng tôi."
— Thi thiên 55:17
Nhịp điệu duy trì mối quan hệ.
Tân Ước
"Các ngươi không thể thức canh với Ta một giờ sao?"
— Ma-thi-ơ 26:40

Một giờ đồng hồ.
Tập trung. Không bị xao nhãng.

Bài học
Nhiều tín đồ cầu nguyện một cách phản ứng.
Ít người cầu nguyện theo một cấu trúc nhất định.
Lời cầu nguyện theo kiểu phản ứng giúp vượt qua khủng hoảng.
Lời cầu nguyện có cấu trúc giúp xây dựng sức chịu đựng.
Bạn không thể xây dựng lòng tận tụy ở mức độ chiến đấu bằng đức tin Cơ đốc giáo hời hợt.
Nếu lòng tận tâm của bạn không ổn định,
sự ổn định của bạn sẽ rất dễ lung lay.
Kỷ luật không phải là chủ nghĩa pháp lý.
Đó là sự đồng bộ.

Mô hình cầu nguyện chiến lược 60 phút
Đây không phải là màn trình diễn cảm xúc.
Đó là sự hình thành.

1. 30 phút — Tôn thờ Ngài vì chính con người Ngài

Không có yêu cầu nào.
Không có đơn kiến nghị nào.
Chỉ có sự ngưỡng mộ.

- Đức thánh của Ngài.
- Quyền tối cao của Ngài.
- Lòng thương xót của Ngài.
- Công lý của Ngài.
- Lòng trung thành của Ngài.

Việc thờ phượng giúp định hình lại góc nhìn.

2 10 phút — Tuyên bố chủ quyền của Ngài

Hãy tuyên bố lớn tiếng:

- Ông ta cai quản cuộc đời bạn.
- Ông ta cai quản gia đình bạn.
- Ngài cai quản công việc của bạn.
- Ông ta cai trị đất nước của các bạn.

Chủ quyền gắn kết quyền lực.

3 10 phút — Sự ăn năn

Xưng:

- Thỏa hiệp.
- Sự đạo đức giả.
- Sự lười biếng.
- Nỗi sợ.
- Lòng trung thành bị chia rẽ.

Sự tinh khiết bảo vệ sức mạnh.

4 10 Phút — Các Sắc Lệnh Phù Hợp Với Vương Quốc

Không phải là những mong muốn ích kỷ.
Không phải tham vọng xác thịt.
Tuyên bố:

- Tuân theo ý muốn của Ngài.
- Kỷ luật trong cuộc sống của bạn.
- Lòng can đảm thể hiện qua sự vâng lời.
- Sự thánh thiện trong hành vi.
- Hoàn thành nhiệm vụ được giao.

Các sắc lệnh phải phù hợp với Kinh Thánh.

Câu hỏi suy ngẫm

1. Lời cầu nguyện của tôi là có kỷ luật hay là cảm xúc?
2. Tôi có cầu nguyện lâu hơn trong lúc khủng hoảng so với lúc bình yên không?

3. Điều gì ngăn cản tôi tập trung trong một giờ đồng hồ?
4. Tôi có cấu trúc tâm linh vững chắc không?
5. Điều gì sẽ thay đổi nếu tôi thực hành điều này mỗi ngày trong 40 ngày?

Hãy trả lời thành thật.

Tuyên ngôn

Hãy đứng lên và tuyên bố:

"Tôi sẽ xây dựng lòng sùng kính có kỷ luật.

Lời cầu nguyện của tôi sẽ có kế hoạch. Lòng trung thành của tôi sẽ được hình thành mỗi ngày. Tôi sẽ không sống hời hợt về mặt tâm linh."

Hãy nhắc lại một cách dứt khoát.

Cầu nguyện có cấu trúc

Hôm nay, hãy thực hiện bài tập theo mô hình đầy đủ 60 phút.

Không có đường tắt.

Không được làm nhiều việc cùng một lúc.

Không bị phân tâm.

Điểm hành động

1. Lên lịch một giờ cố định mỗi ngày.
2. Hãy loại bỏ những thứ gây xao nhãng từ thiết bị điện tử trong khi cầu nguyện.
3. Hãy ghi chép lại những điều được mặc khải trong khi thờ phượng.
4. Theo dõi sự nhất quán trong 7 ngày.
5. Hãy bảo vệ khoảng thời gian này như một điều không thể thương lượng.

NGÀY 26

Nghe rõ tiếng Chúa

Người dẫn chuyện

Những bước ngoặt trong cuộc đời ông không phải là ngẫu nhiên.
Chúng có tính định hướng.
Maiduguri — một tầm nhìn.
Khoảnh khắc bùng cháy — sự đối đầu. Cuộc chạm trán tại khách sạn — "Chúng ta đã đi quá xa rồi." Ủy ban — "Khiêu khích những người canh gác."
Đây không phải là những ấn tượng mơ hồ.
Chúng rất rõ ràng.
Cụ thể.
Ngắt lời.
Khi lòng trung thành thay đổi,
sự rõ ràng cũng xuất hiện.
Nhưng sự rõ ràng không đến từ sự hỗn loạn.
Nó xuất phát từ sự đầu hàng.
Và sau đó là kỷ luật.
Những người sống hời hợt hiếm khi nghe rõ mọi thứ.
Những người sống trong sự chia rẽ sẽ nghe nhận thức một cách sai lệch.
Những người có lối sống có cấu trúc sẽ lắng nghe một cách ổn định.

Điểm tựa Kinh Thánh
Cựu Ước
"Lạy Chúa, xin hãy phán, vì tôi tớ Ngài đang lắng nghe."
— 1 Sa-mu-ên 3:10
Nghe đòi hỏi tư thế đúng.

Tân Ước
"Chiên của Ta nghe tiếng Ta, Ta biết chúng, và chúng theo Ta."
— Giăng 10:27
Khả năng nghe mang tính tương quan.
Việc theo dõi chứng minh khả năng nghe.

Bài học
Nhiều tín đồ nói rằng, "Chúa im lặng."
Thường thì vấn đề không phải là sự im lặng.
Đó là tiếng ồn.
Tiếng ồn của nỗi sợ hãi.
Tiếng ồn của tham vọng. Tiếng ồn của sự so sánh. Tiếng ồn của mạng xã hội. Tiếng ồn của sự thỏa hiệp không hối cải.
Nếu lòng bạn chia rẽ, bạn không thể nghe rõ.
Để đạt được sự rõ ràng cần có:

- Đầu hàng.
- Kỷ luật.
- Im lặng.
- Vâng phục những điều đã được nói ra.

Chúa hiếm khi ban chỉ dẫn mới cho những người phớt lờ chỉ dẫn trước đó.
Ông ấy nói theo hướng cụ thể,
chứ không phải nói lan man không ngừng.
Nếu Ngài phán, lời Ngài sẽ phù hợp với Kinh Thánh.
Lời Ngài sẽ đề cao sự thánh thiện. Lời Ngài sẽ đòi hỏi sự vâng phục. Lời Ngài sẽ không chiều theo cái tôi.

Câu hỏi suy ngẫm

1. Lần cuối cùng tôi vâng lời điều Chúa chỉ dẫn là khi nào?
2. Những điều gì đang làm lu mờ khả năng cảm nhận tâm linh của tôi?
3. Tôi có ưu tiên sự im lặng không?

4. Tôi có đang chờ đợi chỉ thị mới trong khi phớt lờ phán quyết trước đó không?
5. Nếu Chúa phán rõ ràng tối nay, liệu tôi có vâng lời không?

Hãy trả lời thành thật.

Tuyên ngôn

Hãy đứng lên và tuyên bố:

"Tai tôi luôn lắng nghe.

Lòng tôi đã quy phục. Tôi từ chối mọi sự xao nhãng. Tôi sẽ nghe và vâng lời."

Lặp lại chậm rãi.

Cầu nguyện theo cấu trúc (45 phút)

1. Thờ phượng (10 phút)

Thừa nhận Ngài là Người Chăn Chiên.

2. Im lặng (10 phút)

Ngồi yên lặng. Không nói lời nào. Lắng nghe.

3. Buông bỏ (10 phút)

Hãy buông bỏ kế hoạch của bạn.

4. Sự đồng thuận (15 phút)

Hãy cầu xin sự rõ ràng và lòng can đảm để tuân theo.

Kết thúc bằng:

"Lạy Chúa, xin hãy phán. Con sẽ đáp lại."

Điểm hành động

1. Hãy dành 10 phút trong trạng thái hoàn toàn tĩnh lặng hôm nay.
2. Hãy ghi lại những ấn tượng của bạn — và đối chiếu chúng với Kinh Thánh.
3. Hãy tuân theo một niềm tin nhỏ bé ngay lập tức.
4. Giảm thiểu một nguồn gây tiếng ồn.
5. Hãy đọc chậm rãi 1 Sa-mu-ên chương 3 và Giăng chương 10.

NGÀY 27

Cùng bước đi và làm việc với Chúa

Người dẫn chuyện

Những cuộc gặp gỡ đó là có thật.
Ngọn lửa là có thật.
Tầm nhìn đó đã trở thành hiện thực.
Cuộc đối đầu tại khách sạn là có thật.
Những viên đạn đó là thật.
Vụ giải cứu tổng thống là có thật.
Nhưng chỉ những cuộc gặp gỡ thôi thì không đủ để duy trì một cuộc sống.
Đi bộ có tác dụng.
Sau khi sống sót.
Sau khi được hộ tống. Sau khi hoàn thành nhiệm vụ.
Cuộc sống vẫn tiếp diễn mỗi ngày.
Quyết định.
Du lịch. Truyền giảng. Xây dựng mục vụ. Phục vụ cộng đồng. Sống trong sự căng thẳng gia đình.
Những khoảnh khắc kỳ diệu không xảy ra mỗi ngày.
Việc đi bộ thật thú vị.
Bạn không thể sống mãi trong sự gặp gỡ.
Bạn phải sống trong một mối quan hệ.

Điểm tựa Kinh Thánh
Cựu Ước
"Ênóc bước đi với Đức Chúa Trời; và ông không còn nữa, vì Đức Chúa Trời đã cất ông đi."
— Sáng thế ký 5:24

Không chỉ tin tưởng.
Mà còn hành động thực tế.

Tân Ước

"Vậy nên, vì anh em đã nhận Chúa Giê-su Christ, thì hãy bước đi trong Ngài."
— Cô-lô-xi 2:6

Việc nhận là một sự kiện.
Việc đi bộ là một quá trình.

Bài học

Nhiều người có đức tin theo đuổi những khoảnh khắc.
Ít người chú trọng đến việc đi bộ.
Một cuộc đi bộ bao hàm ý nghĩa:

- Nhịp sống thường nhật.
- Sự vâng lời kiên định.
- Nhận thức liên tục.
- Sự nhất quán.

Đi bộ không cần phải có màn trình diễn ngoạn mục.
Điều đó đòi hỏi sự trung thành.
Làm việc với Chúa có nghĩa là:
Bạn không thể tách biệt Ngài ra từng phần.
Ngài không chỉ hiện diện trong giờ cầu nguyện.
Ông ấy có mặt ở:

- Các quyết định kinh doanh.
- Những cuộc trò chuyện gia đình.
- Kế hoạch của Bộ.
- Các lựa chọn tài chính.
- Giải quyết xung đột.

Đi bộ giúp loại bỏ cuộc sống hai mặt.
Đi bộ giúp loại bỏ chủ nghĩa Cơ đốc giáo thích phô trương.
Đi bộ giúp rèn luyện tính chính trực.

Câu hỏi suy ngẫm

1. Tôi có đang theo đuổi những cuộc gặp gỡ hơn là sự ổn định không?
2. Đời sống tâm linh của tôi được thúc đẩy bởi các sự kiện hay bởi các mối quan hệ?
3. Tôi có nên tham khảo ý kiến Chúa trong các quyết định hàng ngày không?
4. Cuộc sống của tôi được phân chia thành nhiều phần riêng biệt ở điểm nào?
5. Nếu ai đó quan sát một tuần của tôi, liệu họ có thấy tôi đi dạo không?

Hãy trả lời thành thật.

Tuyên ngôn

Hãy đứng lên và tuyên bố:
"Tôi sẽ bước đi cùng Chúa mỗi ngày.
Đức tin của tôi không phải là nhất thời. Tôi bác bỏ lối sống Cơ đốc giáo chia thành từng phần riêng biệt. Tôi luôn vâng phục Chúa một cách nhất quán."
Lặp lại chậm rãi.

Cầu nguyện theo cấu trúc (45 phút)

1. Thờ phượng (10 phút)

Thừa nhận sự hiện diện của Chúa trong mọi khía cạnh của cuộc sống.

2. Đầu hàng (10 phút)

Mời Ngài vào cuộc sống thường nhật của bạn.

3. Sự hài hòa (15 phút)

Hãy cầu nguyện cho từng khía cạnh trong cuộc sống của bạn — gia đình, công việc, mục vụ, tài chính.

4. Cam kết (10 phút)

Hãy cam kết thực hành nhận thức có ý thức mỗi ngày.
Kết thúc bằng:
"Con bước đi cùng Ngài."

Điểm hành động

1. Hãy chủ động mời Chúa tham gia vào một quyết định trong ngày hôm nay.
2. Hãy loại bỏ một ngăn mà Ngài đã bị loại trừ.
3. Hãy bắt đầu buổi sáng mai của bạn với sự buông bỏ có chủ đích.
4. Hãy đọc chậm rãi sách Sáng Thế Ký chương 5 và thư Cô-lô-xi chương 2.
5. Theo dõi sự vâng lời hàng ngày trong 7 ngày.

NGÀY 28

Sống vượt lên trên sự giả tạo

Người dẫn chuyện

Một trong những khoảnh khắc nguy hiểm nhất trong toàn bộ hành trình không phải là tiếng súng.
Đó là sự mâu thuẫn nội bộ trong Giáo hội.
Anh ta xuất thân từ một gia đình có kỷ luật quân sự nghiêm khắc.
Nơi mà những gì được rao giảng đã được thực hành.
Nơi mà kỷ luật được duy trì. Nơi mà văn bản được áp dụng.
Ông gia nhập Cơ Đốc giáo với kỳ vọng về sự chính trực cao hơn.
Thay vào đó, ông ấy đã thấy:
Giảng đạo mà không thực hành.
Lời nói suông mà thiếu lối sống thực tế. Thể hiện tâm linh mà thiếu sự tận tâm trong đời sống cá nhân.
Sự vỡ mộng đó suýt chút nữa đã khiến anh ta quay trở lại.
Những viên đạn suýt nữa đã hạ gục được anh ta.
Sự đạo đức giả suýt nữa đã gây ra điều đó.
Mức độ tàn phá của nó thật khủng khiếp.

Điểm tựa Kinh Thánh
Cựu Ước
"Chúng đến gần Ta bằng miệng lưỡi… nhưng lòng chúng thì xa cách Ta."
— Ê-sai 29:13
Lời nói không kèm theo sự nhượng bộ.
Tân Ước
"Khốn cho các ngươi… những kẻ giả hình! Vì các ngươi rửa sạch bên ngoài chén và đĩa, nhưng bên trong thì đầy tham

lam và ích kỷ."
— Ma-thi-ơ 23:25
Vẻ ngoài hào nhoáng.
Bên trong mục nát.

Bài học
Sự giả tạo không phải là điểm yếu.
Đó là sự chia rẽ.
Nó đang sống hai cuộc đời.

- Một cộng đồng công chúng.
- Một người riêng tư.

Đó là việc công khai tuyên bố lòng trung thành,
trong khi vẫn đàm phán riêng tư.
Và không gì hủy hoại nhân chứng nhanh hơn thế.
Bạn có thể sống sót sau cuộc bức hại.
Nhưng bạn không thể tồn tại được trong bối cảnh tham nhũng nội bộ.
Nếu đời sống cầu nguyện của bạn yếu kém,
nhưng khả năng thuyết giảng lại mạnh mẽ — đó chính là sự rạn nứt.
Nếu đức tin công khai của bạn mạnh mẽ,
nhưng sự vâng phục riêng tư của bạn lại không nhất quán — đó là sự rạn nứt.
Tính chính trực đồng nghĩa với sự nhất quán.
Những gì tôi nói.
Những gì tôi làm. Những gì tôi tin tưởng. Những gì tôi thực hành.
Cùng hướng.

Câu hỏi suy ngẫm

1. Đời sống riêng tư của tôi mâu thuẫn với những gì tôi công khai ở điểm nào?
2. Tôi thực hành phương pháp tu tập tâm linh nào nhưng không duy trì được?

3. Liệu những người thân thiết nhất với tôi có xác nhận lòng thành kính của tôi không?
4. Tôi đang biện minh cho sự thỏa hiệp nào?
5. Nếu sự đạo đức giả bị phơi bày ngày nay, điều gì sẽ lộ ra?

Hãy trả lời mà không viện cớ.

Tuyên ngôn

Hãy đứng lên và tuyên bố:

"Tôi từ chối cuộc sống hai mặt.

Cuộc sống riêng tư của tôi sẽ phù hợp với những gì tôi công khai. Tôi chọn sự chính trực. Tôi chọn sự trọn vẹn. Tôi chọn sự nhất quán."

Lặp lại chậm rãi.

Cầu nguyện theo cấu trúc (45 phút)

1. Thờ phượng (10 phút)

Tôn vinh Chúa Kitô là Đấng thánh khiết và chân thật.

2. Khám phá (15 phút)

Hãy cầu xin Chúa cho thấy những mâu thuẫn tiềm ẩn.

3. Ăn năn (10 phút)

Thú nhận sự thỏa hiệp cụ thể.

4. Sự nhất quán (10 phút)

Cầu nguyện xin sức mạnh để sống nhất quán.

Kết thúc bằng:

"Hãy để nội tâm và ngoại hình của tôi nhất quán."

Điểm hành động

1. Hãy loại bỏ một sự thỏa hiệp ngầm.
2. Tăng cường một lĩnh vực còn yếu.
3. Hãy thú nhận riêng với Chúa điều gì đó mà bạn đã bỏ qua.
4. Hãy đọc chậm chương 23 sách Ma-thi-ơ.

5. Hãy nhờ một người đáng tin cậy giám sát và chịu trách nhiệm về việc này.

NGÀY 29

Sự cám dỗ trở về

Người dẫn chuyện

Sau vụ cháy.
Sau những ảo ảnh.
Sau khi đầu hàng.
Sau khi kết thúc nhiệm vụ mục vụ.
Sau những viên đạn.
Sau khi được giải cứu.
Sau khi có người hộ tống.
Sự cám dỗ vẫn luôn hiện hữu.
Không phải vì Hồi giáo mạnh hơn.
Nhưng bởi vì Cơ Đốc giáo có vẻ không nhất quán.
Ông ấy đã làm chứng rất rõ ràng: có một thời điểm ông ấy đã quyết định.
Ông sẽ thuyết giảng một thông điệp cuối cùng.
Rồi trở về.
Ông đã cân nhắc giữa kỷ luật của cuộc sống trước đây và sự thỏa hiệp mà ông nhận thấy.
Và việc rút lui dường như là điều hợp lý.
Điều đó thật đáng suy ngẫm.
Một người đàn ông đã nhìn thấy thiên đường.
Một người đàn ông đã nhìn thấy địa ngục. Một người đàn ông sống sót sau vụ ám sát.
Tôi vẫn cảm thấy cám dỗ muốn quay trở lại.
Sự cám dỗ không phải lúc nào cũng xuất phát từ sự nghi ngờ.
Đôi khi đó là sự thất vọng.

Điểm tựa Kinh Thánh

Cựu Ước

"Khi họ nhớ rằng Đức Chúa Trời là tảng đá của họ… tuy nhiên, họ vẫn nịnh hót Ngài bằng miệng lưỡi… vì lòng họ không vững vàng nơi Ngài."

— Thi thiên 78:35–37

Trí nhớ không đảm bảo sự kiên định.

Tân Ước

"Vì Đê-ma đã bỏ tôi, vì yêu mến thế gian này."

— 2 Ti-mô-thê 4:10

Một số khởi đầu tốt.

Một số thì quay trở lại.

Bài học

Việc bị cám dỗ quay trở lại không có nghĩa là bạn chưa từng chân thành.

Điều đó có nghĩa là bạn là con người.

Lợi nhuận có thể trông như sau:

- Quay trở lại thói quen cũ.
- Làm giảm nhẹ mức độ nghiêm khắc.
- Hạ thấp tiêu chuẩn.
- Sự lười biếng về mặt tinh thần.
- Rút lui về mặt cảm xúc.
- Sự oán giận được ngụy trang dưới vỏ bọc thần học.

Bạn không được phép công khai chối bỏ Chúa Kitô.

Nhưng bạn có thể hướng vào bên trong.

Sự trở lại bắt đầu một cách lặng lẽ.

Nó bắt đầu bằng:

"Tôi mệt rồi."

"Việc này không đáng." "Ít nhất trước đây còn có kỷ luật."

"Chẳng ai sống theo những gì mình rao giảng cả."

Đó là cách mà sự rút lui diễn đạt.

Kẻ thù hiếm khi tấn công bằng cách phủ nhận Chúa Kitô trước tiên.
Ông ta tấn công với thái độ chán nản.

Câu hỏi suy ngẫm

1. Tôi đã từng thầm nghĩ đến việc rút lui ở đâu?
2. Nỗi thất vọng nào đã dẫn đến suy nghĩ đó?
3. Liệu tôi có đang thương lượng với những niềm tin của mình không?
4. Những kiểu mẫu cũ nào lại trở nên hấp dẫn?
5. Nếu tôi quay lại, tôi sẽ mất gì?

Hãy viết mà không cần xấu hổ.

Tuyên ngôn

Hãy đứng lên và tuyên bố:
"Tôi sẽ không quay lại.
Sự thất vọng sẽ không chế ngự được tôi. Lòng trung thành của tôi đã được định đoạt. Tôi sẽ không thương lượng về giao ước."
Hãy nhắc lại một cách dứt khoát.

Cầu nguyện theo cấu trúc (45 phút)

1. Thờ phượng (10 phút)
Thừa nhận Chúa Kitô là Đấng không thay đổi.
2. Lời thú nhận (10-15 phút)
Hãy nêu ra những điều khiến bạn nản lòng.
3. Sức mạnh (15 phút)
Cầu nguyện để có sức chịu đựng khi gặp thất vọng.
4. Cam kết (5 phút)
Tái khẳng định lòng trung thành bằng lời nói.
Kết thúc bằng:
"Đã quá muộn để quay lại rồi."

Điểm hành động

1. Hãy xác định một lĩnh vực tâm linh đang lệch lạc và sửa chữa nó ngay hôm nay.
2. Loại bỏ một yếu tố gây ảnh hưởng đến việc nuôi dưỡng và ngăn cản sự phát triển.
3. Trước khi ngủ, hãy đọc to lời tuyên thệ trung thành của bạn một lần nữa.
4. Hãy đọc Thi thiên 78 và 2 Ti-mô-thê 4.
5. Hãy củng cố thói quen cầu nguyện của bạn tối nay.

NGÀY 30

"Chúng ta đã đi quá xa rồi"

Người dẫn chuyện

Anh ấy đã quyết định rồi.
Ông ấy sẽ thuyết giảng một thông điệp cuối cùng.
Sau đó — anh ta sẽ quay trở lại.
Quyết định nội bộ đã được đưa ra.
Không công khai.
Riêng tư.
Ông đã thuyết giảng tại một cuộc họp lớn.
Không khí vô cùng trang nghiêm.
Mọi người khóc. Sự hiện diện của Chúa lay động lòng người.
Nhưng trong thâm tâm, ông đã kết luận:
"Đây là thông điệp cuối cùng của tôi."
Sau đó, họ hộ tống anh ta trở lại khách sạn.
Anh trai song sinh của ông và các nhà lãnh đạo khác cũng có mặt.
Anh ta mở cửa.
Và ông ấy nói rằng Chúa Giê-su đã đứng ở đó.
Không mang tính biểu tượng.
Không phải tưởng tượng. Mà đủ thực tế để ông ta rơi vào vòng xoáy quyền lực.
Những người khác trong phòng cũng cảm nhận được điều gì đó.
Nhưng anh ta thì nhìn thấy.
Và những lời nói rất thẳng thắn:
"Chúng ta đã đi quá xa rồi. Quay lại cũng không thể được nữa."

Đôi khi, Chúa sẽ can thiệp vào những giờ phút tĩnh lặng riêng tư của bạn.
Anh ấy không tranh cãi.
Ông ấy nhắc lại.
Bạn đã chứng kiến quá nhiều.
Bạn đã biết quá nhiều. Bạn đã đi quá xa.
Rút lui không còn là sự ngây thơ nữa.
Đó là sự nổi loạn.

Điểm tựa Kinh Thánh

Cựu Ước

"Hãy nhớ đến vợ của Lót."
— Lu-ca 17:32 (ám chỉ Sáng thế ký 19)
Nhìn lại quá khứ có thể hủy hoại vận mệnh.

Tân Ước

"Ai đã đặt tay vào cày mà còn ngoái nhìn lại thì không xứng đáng vào vương quốc của Đức Chúa Trời."
— Lu-ca 9:62
Tiến lên là giao ước.
Lùi lại là thỏa hiệp.

Bài học

Chúa không phải lúc nào cũng ngăn cản bạn trước khi bạn đưa ra quyết định.
Đôi khi Ngài chờ đến khi bạn quyết định
rồi mới đối diện với bạn.
Có thể bạn sẽ không gặp Chúa Giê-su trong phòng khách sạn.
Nhưng bạn sẽ gặp những khoảnh khắc mà niềm tin lên tiếng rõ ràng:
"Bạn không thể quay lại."
Khi sự thật đã được phơi bày sâu sắc,
việc quay trở lại với sự ngu dốt không phải là dấu hiệu của sự ngu dốt.

Đó là sự từ chối.
Có một hàng người.
Một khi đã vượt qua,
việc rút lui không còn an toàn nữa.
Một số tín đồ cho rằng họ có thể sống buông thả mà không gặp hậu quả gì.
Nhưng khi giao ước đã được lập,
sự trả thù sẽ làm tổn thương tâm hồn.
Có những khoảnh khắc mà thiên đường như đang nói:
Đủ rồi.
Chỉ tiến lên thôi.

Câu hỏi suy ngẫm

1. Tôi đã tự mình đưa ra quyết định rút lui chưa?
2. Tôi đã chứng kiến sự thật nào mà khiến việc quay trở lại là bất khả thi?
3. Tôi đang nhìn lại quá khứ với cảm xúc như thế nào?
4. Tôi sẽ phải trả giá bằng linh hồn mình thế nào nếu quay trở lại?
5. Nếu Chúa Giê-su đến gặp tôi tối nay, Ngài sẽ nói gì?

Hãy trả lời một cách tỉnh táo.

Tuyên ngôn

Hãy đứng lên và tuyên bố:
"Đã quá muộn để tôi quay lại.
Tôi đã chứng kiến quá nhiều. Tôi biết quá nhiều. Lời hứa của tôi vẫn còn đó. Chỉ tiến về phía trước."
Lặp lại chậm rãi.

Cầu nguyện theo cấu trúc (45 phút)

1. Tôn kính (10 phút)

Thừa nhận Chúa Kitô là Chúa tể.

2. Xưng tội (15 phút)

Xưng tội về bất kỳ sự thoái lui nội tâm nào.

3. Tái cam kết (15 phút)
Hãy tuyên bố lại lòng trung thành của bạn bằng lời nói.
4. Đóng cửa (5 phút)
Nói lời đóng cửa để trở về.
Kết thúc bằng:
"Tôi xin thề trung thành."

NGÀY 31

Bạn có một bài tập

Người dẫn chuyện

Trong cùng cuộc gặp gỡ đó, sau cuộc đối đầu là việc đưa vào biên chế.
"Bạn có một nhiệm vụ trong Thân thể Chúa Kitô."
Không mang lại sự thoải mái.
Không phải sự nổi tiếng.
Phân công.
Ông ta được lệnh giương cao cờ hiệu.
Để khiêu khích lính canh. Để gióng lên hồi chuông báo động.
Sống sót không phải là kết thúc.
Đó là sự chuẩn bị.
Việc bảo tồn không nhằm mục đích đảm bảo an toàn.
Nó tồn tại để phục vụ.
Khi trời cao bảo vệ ai đó hết lần này đến lần khác,
đó là vì trời cao mong đợi điều gì đó.
Việc phân công nhiệm vụ thay thế sự mơ hồ.
Khi nhiệm vụ đã được xác định rõ ràng,
việc không tuân lệnh sẽ trở thành hành vi bất tuân.

Điểm tựa Kinh Thánh
Cựu Ước
"Trước khi Ta nặn nên ngươi trong bụng mẹ, Ta đã biết ngươi… Ta đã đặt ngươi làm tiên tri cho các dân tộc."
— Giê-rê-mi 1:5
Việc gọi điện thoại thường đi trước xung đột.
Tân Ước

"Vì chúng ta là công trình của Ngài, được tạo dựng trong Chúa Giê-su Christ để làm những việc lành, là những việc mà Đức Chúa Trời đã chuẩn bị trước."
— Ê-phê-sơ 2:10
Được lưu lại vì mục đích đã định.

Bài học
Nhiều tín đồ có đức tin chân thành.
Rất ít trường hợp là cố ý.
Sự tồn tại của bạn không phải là điều duy nhất bạn được cứu rỗi.
Bạn được cứu rỗi để phục vụ.
Nhiệm vụ có thể không phải là đứng trên bục giảng.
Đó có thể là gia đình. Đó có thể là công việc kinh doanh. Đó có thể là cầu nguyện chuyển cầu. Đó có thể là gây ảnh hưởng.
Nhưng bạn lại có một cái.
Nếu Chúa đã gìn giữ bạn,
thì chắc chắn có một mục đích nào đó.
Nguy hiểm không phải là đánh mất sự cứu rỗi.
Nguy hiểm nằm ở chỗ lãng phí nhiệm vụ.

Câu hỏi suy ngẫm

1. Nhiệm vụ của tôi có thể là gì?
2. Gánh nặng của tôi luôn quay trở lại nơi nào?
3. Điều gì trong việc tuân lệnh khiến tôi sợ hãi?
4. Liệu tôi đã chủ động giữ thái độ thụ động?
5. Nếu tôi chết đi mà chỉ hoàn thành được một điều, thì đó nên là điều gì?

Hãy trả lời một cách cẩn trọng.

Tuyên ngôn
Hãy đứng lên và tuyên bố:
"Tôi có một nhiệm vụ.
Tôi sẽ không lãng phí công sức bảo tồn. Tôi sẽ nâng cao tiêu

chuẩn trong lĩnh vực của mình. Tôi chấp nhận trách nhiệm."

Hãy nhắc lại một cách dứt khoát.

Cầu nguyện theo cấu trúc (45 phút)

1. Thờ phượng (10 phút)

Tôn vinh Chúa là Đấng đã kêu gọi chúng ta.

2. Hỏi đáp (15 phút)

Hãy hỏi rõ ràng: "Nhiệm vụ của tôi là gì?"

3. Dâng hiến (10 phút)

Hãy dâng hiến trọn vẹn cuộc đời bạn.

4. Lòng can đảm (10 phút)

Cầu nguyện xin ơn để có sự mạnh dạn vâng lời.

Kết thúc bằng:

"Hãy gửi tôi đi."

NGÀY 32

Chương trình thiết lập lại kỷ luật chiến lược 7 ngày

Người dẫn chuyện

Chiến thuật đội hình chiến đấu hiệu quả vì nó mang tính lặp đi lặp lại.
Các chu kỳ cầu nguyện không phải là tùy chọn.
Việc nhịn ăn được quy định rõ ràng. Sự vâng lời được thực thi.
Sau khi đầu hàng, nếu kỷ luật không được khôi phục,
cấu trúc cũ sẽ giành lại lãnh thổ.
Không thể thay thế nền tảng vững chắc bằng sự tận tâm yếu kém.
Sự mãnh liệt về mặt tâm linh đòi hỏi cơ sở hạ tầng.
Sống sót mà thiếu cấu trúc sẽ dẫn đến sự sụp đổ trong tương lai.
Vì vậy, kỷ luật phải được thực hiện một cách có chủ đích.
Không mơ hồ.
Không mang tính cảm xúc.
Đã đo.
Được bảo vệ.
Lặp lại.

Điểm tựa Kinh Thánh
Cựu Ước
"Rồi Đa-ni-ên… về nhà… và trong ngày ấy, ông quỳ xuống ba lần, cầu nguyện và tạ ơn trước mặt Đức Chúa Trời mình, như ông vẫn thường làm từ thuở nhỏ."
— Đa-ni-ên 6:10

Khủng hoảng không làm hủy bỏ các quy định hải quan.

Tân Ước

"Hãy rèn luyện bản thân để sống đời sống tin kính."

— 1 Ti-mô-thê 4:7

Lòng mộ đạo không tự nhiên mà có.

Mô hình thiết lập lại 7 ngày

Đây không phải là chủ nghĩa pháp lý.

Đó là việc xây dựng lại nền móng.

Trong 7 ngày tới:

1. Giờ cầu nguyện cố định

Một giờ liên tục mỗi ngày.

Mức tối thiểu.

Không thể thương lượng.

Hãy sử dụng cấu trúc 60 phút:

- 30 thờ phượng
- 10 chủ quyền
- 10 sự ăn năn
- Sắc lệnh số 10

Không được làm nhiều việc cùng một lúc.

2. Sự thấm nhuần Kinh Thánh

Đọc trọn vẹn một sách Phúc Âm trong vòng 7 ngày.

Không phải một cách tình cờ.

Tô sáng.

Gạch chân. Ghi chú.

3. Kiểm toán tính liêm chính

Mỗi đêm hãy tự hỏi :

- Cuộc sống riêng tư của tôi có khớp với lời thú nhận của tôi không?
- Tôi đã thỏa hiệp ở điểm nào?
- Tôi đã tuân lệnh nhanh chóng phải không?

Hãy viết câu trả lời ngắn gọn.

4. Kỷ luật ngôn ngữ

Không than phiền.
Không buôn chuyện. Không phóng đại.
Bảy ngày kiềm chế bằng lời nói.

5. Nhịn ăn

Ít nhất một lần nhịn ăn có chủ đích trong vòng 7 ngày.
Không phải nghi lễ.
Mà là có chủ đích.

6. Giảm thiểu kỹ thuật số

Giảm tiếng ồn.
Giới hạn số lượng phương tiện truyền thông.
Giới hạn việc cuộn trang.
Cảnh báo chú ý.

7. Trách nhiệm hàng ngày

Hãy thông báo cho một người đáng tin cậy.
Báo cáo hoàn thành hàng ngày.

Bài học

Sự lệch lạc về mặt tâm linh diễn ra một cách tinh tế.
Kỷ luật là một quá trình có chủ đích.
Nếu bạn không thiết lập lại,
bạn sẽ thụt lùi.
Cường độ giảm dần.
Sự thoải mái len lỏi. Sự thỏa hiệp được thiết lập.
Nhưng nhịp điệu giúp khôi phục lại sự sắc bén.
Bảy ngày thiết lập lại có chủ đích
có thể khôi phục lại độ nhạy cảm.

Câu hỏi suy ngẫm

1. Tôi đã mất đi sự kỷ luật ở điểm nào?
2. Những thói quen nào cần được thay đổi ngay lập tức?

3. Tôi có sẵn lòng dành ra một giờ mỗi ngày để bảo vệ quyền lợi của mình không?
4. Cần loại bỏ yếu tố gây xao nhãng nào?
5. Ai có thể chịu trách nhiệm giám sát tôi?

Hãy trả lời một cách thực tế.

Tuyên ngôn

Hãy đứng lên và tuyên bố:

"Tôi chọn đức tin có kỷ luật.

Tôi bác bỏ Cơ Đốc giáo hời hợt. Tôi sẽ xây dựng lại nền tảng. Tôi sẽ không trôi dạt."

Lặp lại chậm rãi.

Cầu nguyện theo cấu trúc (45 phút)

1. Thờ phượng (10 phút)

Tôn vinh Chúa là Đấng xứng đáng được tận tâm phụng sự.

2. Ăn năn (10 phút)

Thú nhận những lĩnh vực mình lười biếng.

3. Điều chỉnh (15 phút)

Hãy cầu xin sức mạnh để hoàn thành quá trình thiết lập lại.

4. Niêm phong (10 phút)

Hãy tuyên thệ công khai những cam kết trong 7 ngày tiếp theo.

Kết thúc bằng:

"Tôi sẽ hoàn thành việc thiết lập lại này."

Điểm hành động

1. Hãy lập kế hoạch 7 ngày của bạn tối nay.
2. Hãy loại bỏ ngay lập tức một yếu tố gây xao nhãng chính.
3. Hãy thông báo cho người đồng hành chịu trách nhiệm của bạn.
4. Bắt đầu ngay sáng mai.
5. Hiển thị trạng thái hoàn thành.

NGÀY 33

Bản Tuyên ngôn Trung thành

Người dẫn chuyện

Anh ta đã vượt quá giới hạn.
Từ đức tin được thừa hưởng
đến đức tin được từ bỏ.
Từ hình thành
đến đối đầu.
Từ sự đàn áp
đến sự bảo tồn.
Từ cám dỗ
đến nhiệm vụ.
Từ sinh tồn
đến kỷ luật.
Đến một lúc nào đó, lòng trung thành không còn là cảm xúc nội tại nữa.
Nó trở thành một giao ước được công bố.
Khi binh lính tuyên thệ trung thành,
lời tuyên thệ đó được nói ra.
Khi các giao ước được lập trong Kinh Thánh,
chúng được diễn đạt bằng lời nói.
Lòng trung thành cần phải được thể hiện rõ ràng.
Vì những gì bạn không nói rõ,
bạn sẽ phải thương lượng lại.

Điểm tựa Kinh Thánh
Cựu Ước
"Về phần tôi và nhà tôi, chúng tôi sẽ phụng sự Đức Giê-hô-va."
— Giô-suê 24:15

Việc công khai tuyên bố sẽ củng cố quyết định riêng tư.

Tân Ước

"Nếu bạn xưng nhận Chúa Giê-su bằng miệng và tin trong lòng… thì bạn sẽ được cứu rỗi."
— Rô-ma 10:9
Niềm tin nội tại.
Lời thú nhận bên ngoài.

Bài học

Bạn sẽ không thể lạc lối nếu bạn tuyên bố giao ước một cách rõ ràng.
Nhưng nếu cam kết của bạn vẫn chưa được xác định rõ ràng,
thì nó vẫn có thể thương lượng được.
Việc tuyên thệ trung thành có bốn tác dụng:

1. Nó làm rõ danh tính.
2. Nó đóng cửa cuộc rút lui.
3. Nó làm gián đoạn quá trình đàm phán.
4. Nó thiết lập trách nhiệm giải trình.

Kẻ thù không dễ dàng cám dỗ được những gì đã được niêm phong.
Bạn phải nói rõ ràng:
Bạn thuộc về ai.
Điều bạn từ chối. Điều bạn cam kết. Điều bạn sẽ không thỏa hiệp.

Bản Tuyên ngôn Trung thành

Đứng.
Hãy nói điều này thật chậm rãi:
"Tôi thuộc về Chúa Giê-su Ki-tô.
Lòng trung thành của tôi đã được khẳng định. Tôi sẽ không thỏa hiệp. Tôi sẽ không sống chia rẽ. Tôi sẽ nâng cao tiêu

chuẩn trong cuộc sống của mình. Tôi sẽ sống có kỷ luật. Tôi chấp nhận sứ mệnh của mình. Tôi bác bỏ sự giả hình. Tôi từ chối lùi bước. Cuộc đời tôi được dành riêng cho mục đích. Chỉ tiến về phía trước."

Tạm dừng.

Lặp lại lần nữa.

Câu hỏi suy ngẫm

1. Tôi đã từng tuyên bố lòng trung thành của mình bằng lời nói chưa?
2. Lĩnh vực nào trong cuộc sống của tôi vẫn đang trong quá trình thương lượng?
3. Liệu những thói quen hàng ngày của tôi có phù hợp với lời tuyên bố của tôi không?
4. Ai biết được lòng trung thành của tôi đã được định đoạt như thế nào?
5. Nếu được kiểm tra công khai, liệu tôi có vượt qua được không?

Hãy viết rõ ràng.

Cầu nguyện theo cấu trúc (45 phút)

1. Thờ phượng (10 phút)

Tôn vinh Chúa Kitô là Chúa tể.

2. Tuyên thệ (10 phút)

Hãy đọc to lời tuyên thệ trung thành của bạn.

3. Đầu hàng (15 phút)

Hãy dâng hiến tương lai, kế hoạch và hoài bão của bạn.

4. Niêm phong (10 phút)

Hãy cầu xin Đức Thánh Linh củng cố giao ước.

Kết thúc bằng:

"Tôi xin thề trung thành."

Điểm hành động

1. Hãy viết lời tuyên thệ trung thành của bạn vào nhật ký.
2. Hãy đọc câu này mỗi ngày trong 7 ngày.
3. Hãy thông báo cho người thân thiết về quyết định của bạn.
4. Hãy loại bỏ ngay lập tức một sự thỏa hiệp.
5. Hãy xem xét lại tuyên bố này hàng tháng.

NGÀY 34

Đứng ở vị trí có thẩm quyền

Người dẫn chuyện

Sau khi đầu hàng.
Sau cuộc đàn áp.
Sau khi bảo quản.
Sau khi nhận hoa hồng.
Quyền lực không còn chỉ là lý thuyết nữa.
Khi những viên đạn không thể kết liễu anh ta.
Khi có lính hộ tống canh gác ông ta.
Khi ông tiếp tục rao giảng bất chấp bị đe dọa.
Quyền lực trở nên rõ ràng.
Không ồn ào.
Nhưng đã ổn định.
Uy tín không đến từ số lượng.
Quyền lực đến từ sự đồng nhất.
Bạn không thể có được uy quyền bằng cách la hét.
Bạn giành được quyền lực bằng cách đầu hàng.

Điểm tựa Kinh Thánh
Cựu Ước
"Này, ta đã ban cho các ngươi quyền cai quản mọi quyền lực của kẻ thù."
— Lu-ca 10:19 (sự ứng nghiệm của khuôn mẫu quyền năng tiên tri)
(Chúng tôi dựa vào điều này nhưng cũng bao gồm Cựu Ước một cách rõ ràng:)
"Bấy giờ Đa-vít nói với người Phi-li-tin… Ta đến với ngươi nhân danh Đức Giê-hô-va vạn quân."
— 1 Sa-mu-ên 17:45

Quyền lực được xây dựng dựa trên giao ước.

Tân Ước

"Mọi quyền năng đã được ban cho Ta... Vậy hãy đi!"
— Ma-thi-ơ 28:18-19
Quyền năng đến từ Chúa Kitô chứ không phải từ bản thân.

Bài học

Có ba loại tín đồ:

1. Những người có tín ngưỡng nhưng không có thẩm quyền — hay sợ hãi và phản ứng thái quá.
2. Những người có tín ngưỡng nhưng bắt chước quyền lực — ồn ào nhưng không ổn định.
3. Những người có đức tin vững vàng, sống có uy quyền — điềm tĩnh nhưng kiên định.

Quyền lực đích thực đến từ:

- Lương tâm trong sạch.
- Luôn luôn tuân lệnh.
- Đời sống cầu nguyện có kế hoạch.
- Lời thề trung thành.
- Nhiệm vụ rõ ràng.

Bạn không thể xua tan nỗi sợ hãi nếu sống trong sự chia rẽ.
Bạn không thể giữ vững lập trường nếu chỉ đàm phán riêng.
Quyền uy là sự phù hợp với chính quyền trên trời.
Và quyền lực được thực thi thông qua:

- Từ.
- Quyết định.
- Ranh giới.
- Sự hiện diện.

Câu hỏi suy ngẫm

1. Tôi có hiểu rõ quyền năng tâm linh của mình không?

2. Tôi nên tỏ ra rụt rè trong những trường hợp nào khi đáng lẽ ra tôi cần phải kiên định?
3. Liệu có sự thỏa hiệp ngầm nào đang làm suy yếu sự tự tin của tôi không?
4. Tôi có sử dụng quyền lực một cách có trách nhiệm không?
5. Đời sống cầu nguyện của tôi có phản ánh một người biết rõ vị trí của mình không?

Hãy trả lời thành thật.

Tuyên ngôn

Hãy đứng lên và tuyên bố:

"Tôi đứng vững trong quyền năng của Chúa Kitô.

Tôi hiệp nhất với chính phủ trên trời. Tôi sẽ không lùi bước. Tôi sẽ không lạm dụng quyền lực. Tôi bước đi với sự tự tin có kỷ luật."

Lặp lại một cách dứt khoát.

Cầu nguyện theo cấu trúc (45 phút)

1. Thờ phượng (10 phút)

Tôn vinh Chúa Kitô là Vua.

2. Sự hòa hợp (15 phút)

Cầu nguyện cho một tấm lòng trong sạch và sự chính trực.

3. Khẳng định (10 phút)

Hãy tuyên bố Kinh Thánh là nền tảng cho cuộc sống của bạn.

4. Trách nhiệm (10 phút)

Hãy cầu xin sự khôn ngoan để nắm giữ quyền lực một cách khiêm nhường.

Kết thúc bằng:

"Tôi đứng vững."

Điểm hành động

1. Hãy xác định một lĩnh vực mà bạn cần phải thực thi quyền năng tâm linh.
2. Hãy loại bỏ bất kỳ sự thỏa hiệp nào làm suy yếu lập trường của bạn.
3. Hãy đọc Kinh Thánh trong môi trường xung quanh bạn.
4. Hãy củng cố thói quen cầu nguyện của bạn ngay hôm nay.
5. Hãy sống có ý thức về danh tính của bạn trong Chúa Kitô.

NGÀY 35

Sức bền vượt xa cường độ

Người dẫn chuyện

Ngọn lửa rất dữ dội.
Cảnh tượng ấy thật ấn tượng.
Cuộc gặp gỡ tại khách sạn diễn ra rất căng thẳng.
Vụ nổ súng diễn ra rất dữ dội.
Cuộc sơ tán diễn ra rất khẩn trương.
Nhưng cường độ chỉ tồn tại trong chốc lát.
Sức bền là một quá trình suốt đời.
Sau khi truyền thông lắng xuống.
Sau khi việc hộ tống trở lại bình thường. Sau khi mối đe dọa giảm bớt. Sau khi đám đông giải tán.
Bạn sẽ chỉ còn lại những ngày tháng bình thường.
Và những ngày bình thường quyết định tuổi thọ.
Nhiều người khởi đầu mạnh mẽ.
Rất ít người giữ được sự ổn định.
Sức bền không phải là điều kịch tính.
Đó là sự lặp đi lặp lại có kỷ luật.

Điểm tựa Kinh Thánh
Cựu Ước
"Chúng ta hãy kiên trì chạy cuộc đua đã được đặt ra cho chúng ta."
— Hê-bơ-rơ 12:1
Một cuộc đua không phải là một cuộc chạy nước rút.
(Nó phản ánh sự kiên trì của Giao Ước Cũ được hoàn thành trong Chúa Kitô.)
Cũng:

"Dù nó có đến muộn, hãy chờ đợi nó."
— Habakkuk 2:3
Sự chậm trễ sẽ kiểm tra sức bền.

Tân Ước
"Ai kiên trì đến cùng sẽ được cứu rỗi."
— Ma-thi-ơ 24:13
Không phải người gây ồn ào.
Mà là người kiên trì.

Bài học
Sức bền được xây dựng thông qua:

- Cầu nguyện mỗi ngày.
- Luôn luôn tuân lệnh.
- Từ chối xúc phạm.
- Bảo vệ trái tim bạn.
- Bảo vệ sự tinh khiết.
- Giữ vững lập trường.

Sự suy sụp tinh thần hiếm khi xảy ra đột ngột.
Nó bị xói mòn từ từ.
Sức bền bỉ bảo vệ tiếng gọi.
Bạn không thể chịu đựng bằng cảm xúc.
Bạn kiên trì nhờ nhịp điệu.
Sự trường tồn của bạn không đến nhờ lời khen ngợi của công chúng.
Bạn kiên trì nhờ vào sự tự kỷ luật của bản thân.
Nếu bạn không thể chịu đựng được sự nhàm chán,
bạn không thể sống thọ.

Câu hỏi suy ngẫm

1. Tôi có đang tìm kiếm sự mãnh liệt hơn là sự ổn định không?
2. Tôi nên phản ứng thế nào khi sự hào hứng qua đi?
3. Những bộ môn nào giúp bảo vệ khả năng đi bộ lâu dài của tôi?

4. Liệu tôi có đang xây dựng những thói quen có thể duy trì trong 20 năm không?
5. Nếu sự đàn áp quay trở lại vào ngày mai, liệu tôi vẫn sẽ đứng vững?

Hãy trả lời một cách sâu sắc.

Tuyên ngôn

Hãy đứng lên và tuyên bố:
"Tôi sẽ kiên trì.
Tôi sẽ không gục ngã. Tôi sẽ không lạc lối.
Tôi sẽ giữ vững lập trường.
Niềm tin của tôi là lâu dài."
Lặp lại chậm rãi.

Cầu nguyện theo cấu trúc (45 phút)

1. Thờ phượng (10 phút)

Tôn vinh Chúa Kitô là Đấng trung tín.

2. Sức mạnh (15 phút)

Hãy cầu xin sức mạnh tinh thần.

3. Bảo vệ (10 phút)

Cầu nguyện chống lại sự trôi dạt chậm chạp.

4. Cam kết (10 phút)

Hãy cam kết tuân phục lâu dài.
Kết thúc bằng:
Tôi sẽ kết thúc tốt đẹp.

Điểm hành động

1. Hãy củng cố một thói quen lâu dài.
2. Hãy loại bỏ một thói quen dẫn đến tình trạng kiệt sức.
3. Hãy nghỉ ngơi một cách có chủ đích mà không rút lui về mặt tinh thần.
4. Hãy đọc chậm chương 12 sách Hê-bơ-rơ.
5. Hãy lên kế hoạch cho 30 ngày tiếp theo về mặt tâm linh.

NGÀY 36

Sự thánh thiện như một sự bảo vệ

Người dẫn chuyện

Đạn không thể kết liễu anh ta.
Đe dọa không thể khiến ông ta im lặng.
Phe đối lập không thể làm tha hóa ông ta.
Nhưng một thứ nguy hiểm hơn nhiều có thể đã âm thầm phá hủy mọi thứ:
Sự thỏa hiệp riêng tư.
Không có gái gọi nào có thể bảo vệ bạn khỏi tội lỗi thầm kín.
Không có sự can thiệp nào của tổng thống có thể bảo vệ được sự liêm chính.
Không có cuộc sơ tán y tế nào có thể chữa lành sự suy sụp về đạo đức.
Mối đe dọa lớn nhất hiếm khi đến từ bên ngoài.
Đó là sự xói mòn bên trong.
Sự thánh thiện không đồng nghĩa với chủ nghĩa luật lệ.
Đó là sự bảo vệ về mặt tâm linh.
Khi lương tâm trong sạch,
quyền lực sẽ vững mạnh.
Khi lòng chia rẽ,
niềm tin sẽ suy yếu.
Kẻ thù đã thất bại bằng bạo lực.
Hắn sẽ chuyển sang dùng mưu mẹo tham nhũng.

Điểm tựa Kinh Thánh
Cựu Ước

"Ai được phép lên núi của Chúa? … Người nào có tay trong sạch và lòng thanh khiết."
— Thi thiên 24:3-4
Việc tiếp cận đòi hỏi sự thuần khiết.

Tân Ước
"Hãy theo đuổi sự thánh khiết, vì nếu không có sự thánh khiết thì không ai sẽ thấy Chúa."
— Hê-bơ-rơ 12:14
Sự thánh thiện không phải là điều có thể tùy chọn.

Bài học
Sự thánh thiện bảo vệ theo ba cách:

1. Nó giúp duy trì quyền lực.
2. Nó giúp bảo vệ uy tín.
3. Nó đảm bảo tác động lâu dài đến các thế hệ sau.

Sự bức hại có thể nâng bạn lên.
Tội lỗi sẽ khiến bạn bị loại bỏ.
Những câu chuyện bi thảm nhất không phải là những câu chuyện về nạn nhân bị tấn công.
Đó là những người được bảo tồn — nhưng sau đó bị tổn hại.
Sự thánh thiện không phải là nỗi sợ hãi.
Vấn đề nằm ở sự đồng bộ.
Nó bảo vệ:

- Cuộc hôn nhân của bạn.
- Công việc mục vụ của bạn.
- Con cái của bạn.
- Ảnh hưởng của bạn.
- Sự bình an của bạn.

Sự thánh thiện là sự tỉnh thức mỗi ngày.
Không phải là cường độ thỉnh thoảng.

Câu hỏi suy ngẫm

1. Liệu có sự thỏa hiệp ngầm nào trong cuộc sống của tôi không?
2. Mô hình riêng tư nào có thể làm suy yếu quyền lực của tôi?
3. Việc bị lộ thông tin có làm tổn hại đến uy tín của tôi không?
4. Tôi có đang xem nhẹ sự thánh thiện không?
5. Tôi cần củng cố những ranh giới nào?

Trả lời mà không cần trình bày kết quả.

Tuyên ngôn

Hãy đứng lên và tuyên bố:

"Tôi theo đuổi sự thánh thiện.

Đời sống riêng tư của tôi sẽ luôn trong sạch. Tôi giữ gìn tâm hồn mình. Tôi từ chối những thỏa hiệp bí mật. Sự thánh thiện bảo vệ sứ mệnh của tôi."

Lặp lại chậm rãi.

Cầu nguyện theo cấu trúc (45 phút)

1. Thờ phượng (10 phút)

Tôn vinh Đức Chúa Trời là Đấng thánh.

2. Phần thẩm vấn (15 phút):

Yêu cầu làm rõ những điểm yếu tiềm ẩn.

3. Ăn năn (10 phút)

Thú nhận cụ thể.

4. Bảo vệ (10 phút)

Hãy cầu xin sức mạnh để bảo vệ mạng sống của bạn.

Kết thúc bằng:

"Hãy bảo vệ trái tim tôi."

Điểm hành động

1. Hãy loại bỏ một yếu tố gây ảnh hưởng tiêu cực ngay hôm nay.
2. Tăng cường trách nhiệm giải trình.
3. Hãy chủ động bảo vệ đời sống tư tưởng của bạn.
4. Hãy đọc Thi Thiên 24 một cách chậm rãi.
5. Hãy đặt ra một ranh giới không thể thương lượng.

NGÀY 37

Sức bền của bạn sẽ tạo nên điều gì?

Người dẫn chuyện

Câu chuyện không chỉ xoay quanh sự sống còn.
Nó nói về những gì được xây dựng sau khi sống sót.
Bộ tiếp tục hoạt động.
Nhà thờ được thành lập.
Các cộng đồng bị ảnh hưởng.
Tổ chức El- Buba Outreach Ministries International (EBOMI) hoạt động như một sự tiếp nối có cấu trúc.
Gia đình vẫn cùng nhau ăn cơm - dù khác biệt về tôn giáo nhưng không hề thù hận.
Những người thân theo đạo Hồi và đạo Cơ đốc cùng ngồi chung một bàn.
Phục vụ các cộng đồng nơi nhiều người hưởng lợi vẫn theo đạo Hồi.
Trường học.
Hỗ trợ nông nghiệp. Chăm sóc người nghèo và người túng thiếu. Đa số không phải là người theo đạo Cơ đốc.
Sức bền tạo nên những cây cầu.
Sự thánh thiện bảo vệ uy tín.
Sự nhất quán tạo dựng niềm tin.
Tác động qua nhiều thế hệ đòi hỏi sự ổn định.
Di sản không được xây dựng bằng sự quyết liệt.
Bạn xây dựng nó thông qua sự kiên trì.

Điểm tựa Kinh Thánh
Cựu Ước

"Thế hệ này sẽ ca ngợi công việc của Ngài cho thế hệ khác."
— Thi thiên 145:4
Niềm tin cần được truyền bá.

Tân Ước

"Những điều anh em đã nghe từ tôi… hãy giao phó những điều ấy cho những người trung tín, là những người có khả năng dạy dỗ người khác nữa."
— 2 Ti-mô-thê 2:2
Bốn thế hệ trong một câu thơ.

Bài học

Sức chịu đựng của bạn không chỉ dành riêng cho bạn.
Nó xây dựng:

- Sự ổn định cho con cái của bạn.
- Hãy tin tưởng vào cộng đồng của bạn.
- Uy tín trong môi trường chia rẽ.
- Các nền tảng tạo ảnh hưởng.

Nếu bạn suy đồi đạo đức,
thế hệ sau sẽ phải trả giá.
Nếu bạn kiên trì bền bỉ,
thế hệ sau sẽ vững mạnh hơn.
Sự thánh thiện duy trì di sản.
Sức bền bỉ giúp mở rộng tầm ảnh hưởng.
Cuộc sống của bạn không hề tách biệt.
Đó là vấn đề thuộc về thế hệ.

Câu hỏi suy ngẫm

1. Con cái tôi sẽ thừa hưởng gì từ chuyến đi bộ của tôi?
2. Tôi đang xây dựng mô hình tâm linh như thế nào?
3. Liệu sức chịu đựng của tôi có tiếp thêm sức mạnh cho người khác không?
4. Nếu tôi dừng lại hôm nay, di sản nào còn lại?
5. Ai đang học hỏi được từ sự kiên định của tôi?

Hãy trả lời một cách nghiêm túc.

Tuyên ngôn

Hãy đứng lên và tuyên bố:

"Cuộc đời tôi sẽ tạo nên sức mạnh trường tồn qua nhiều thế hệ.

Tôi sẽ không gục ngã. Tôi sẽ kiên trì trung thành. Sự vâng phục của tôi sẽ tồn tại mãi mãi."

Lặp lại một cách dứt khoát.

Cầu nguyện theo cấu trúc (45 phút)

1. Lòng biết ơn (10 phút)

Cảm ơn Chúa vì những ảnh hưởng trong cuộc sống của bạn.

2. Tầm nhìn (15 phút)

Cầu nguyện cho sự ổn định của thế hệ kế tiếp.

3. Sự bảo vệ (10 phút)

Hãy cầu nguyện Chúa bảo vệ di sản của bạn.

4. Cam kết (10 phút):

Hãy quyết tâm hoàn thành tốt công việc.

Kết thúc bằng:

"Sự vâng lời của tôi sẽ được nhân lên gấp bội."

NGÀY 38

Lòng trung thành ngầm trong các hệ thống công cộng

Người dẫn chuyện

Sau khi đầu hàng.
Sau khi bị đàn áp. Sau khi sống sót.
Ông ấy không hề rút lui vào sự cô lập.
Ông ta không hoàn toàn rút lui khỏi các không gian Hồi giáo.
Gia đình vẫn chia rẽ về tôn giáo —
nhưng không hề rạn nứt về mặt tình cảm.
Họ vẫn ăn cơm cùng nhau.
Mẹ tôi từng phục vụ trong chính ngôi nhà đó trước khi bắt đầu ca làm việc chính thức.
Anh trai tôi đã cải đạo khi vẫn còn đang làm việc ở đó. Quá trình môn đồ hóa diễn ra bên trong các hệ thống.
Ngay cả ngày nay:
Thông qua các hoạt động tiếp cận cộng đồng và nỗ lực của quỹ,
phần lớn người hưởng lợi được phục vụ là người Hồi giáo.
Trường học.
Đất nông nghiệp. Hỗ trợ người nghèo.
Việc cung cấp dịch vụ không phụ thuộc vào việc chuyển đổi khách hàng.
Lòng trung thành thay đổi.
Sự hiện diện vẫn còn đó.
Đây chính là sự trưởng thành về mặt chiến lược.

Điểm tựa Kinh Thánh

Cựu Ước

"Và khi Naaman trở về... ông nói... xin Chúa tha thứ cho tôi tớ ngài về việc này: khi chủ tôi vào đền thờ Rimmon ... và tôi cúi lạy."

— 2 Các Vua 5:18

Lòng trung thành của Naaman đã thay đổi. Nhưng hoàn cảnh xung quanh ông thì không thay đổi ngay lập tức.

Cũng:

"Đa-vít ở với A-chi-s, vua xứ Ga-th."

— 1 Sa-mu-ên 27:3

Người giao ước.

Lãnh thổ xa lạ.

Tân Ước

"Có một người thuộc phái Pha-ri-si tên là Nicôđê-mô..."

— Giăng 3:1

Lòng trung thành ngầm.

Thời điểm chiến lược.

Và:

"Giô-sép người A-ri-ma-thê... là một môn đồ của Đức Chúa Giê-su, nhưng giữ kín vì sợ người Do Thái."

— Giăng 19:38

Che giấu không có nghĩa là không chung thủy.

Bài học

Không phải mọi sự vâng lời đều thể hiện bằng lời nói.

Không phải mọi lòng trung thành đều đòi hỏi phải rút lui ngay lập tức.

Một số bài tập yêu cầu:

- Sự hiện diện chiến lược.
- Tính liên tục trong mối quan hệ.
- Trí tuệ cảm xúc.

- Tính kiên nhẫn.

Nếu tất cả những người cải đạo lập tức rời bỏ môi trường xung quanh,
cây cầu sẽ sụp đổ.
Việc giữ kín lòng trung thành không phải là sự thỏa hiệp — nếu lòng trung thành được xác định từ bên trong.
Nguy hiểm nằm ở chỗ lòng trung thành bị chia rẽ.
Nhưng lòng trung thành ổn định vẫn có thể tồn tại trong các hệ thống phức tạp.
Điều này đòi hỏi sự trưởng thành.
Không phải là sự thiếu tự tin.

Câu hỏi suy ngẫm

1. Tôi nên rút lui hay tiếp tục duy trì chiến lược?
2. Việc tôi có mặt trong một số môi trường nhất định là do thỏa hiệp hay là nhiệm vụ được giao?
3. Tôi có biết sự khác biệt giữa nỗi sợ hãi và sự khôn ngoan không?
4. Tôi có thể gây ảnh hưởng ở đâu mà không cần công khai?
5. Lòng trung thành của tôi đã được định đoạt từ bên trong chưa?

Hãy trả lời cẩn thận.

Tuyên ngôn

Hãy đứng lên và tuyên bố:
"Lòng trung thành của tôi đã được định đoạt.
Sự hiện diện của tôi sẽ mang tính chiến lược. Tôi sẽ không thỏa hiệp. Tôi sẽ gây ảnh hưởng một cách khôn ngoan. Tôi sẽ ở lại nơi nhiệm vụ yêu cầu."
Lặp lại chậm rãi.

Cầu nguyện theo cấu trúc (45 phút)

1. Thờ phượng (10 phút)

Tôn vinh Chúa là Đấng tối cao trong mọi hoàn cảnh.

2. Phân định (15 phút)
Hãy cầu xin sự sáng suốt để biết nên ở lại đâu và nên rút lui ở đâu.
3. Tính chính trực (10 phút)
Cầu nguyện cho sự trung thành vững chắc trong các cơ quan công quyền.
4. Phần giới thiệu (10 phút):
Tự đề xuất vị trí quảng cáo chiến lược.
Kết thúc bằng:
"Hãy đặt tôi ở một vị trí thích hợp."

Điểm hành động

1. Hãy xác định những môi trường mà bạn cần phải là "muối và ánh sáng".
2. Loại bỏ mọi yếu tố môi trường gây ảnh hưởng tiêu cực.
3. Hãy củng cố niềm tin nội tại trước khi tạo ảnh hưởng từ dư luận.
4. Hãy nghiên cứu kỹ về Naaman và Nicodemus.
5. Hãy cầu nguyện xin sự khôn ngoan trong những hoàn cảnh chia rẽ.

Chúng ta đang đứng trước bờ vực.
Ngày thứ 39 sẽ chính thức hoàn tất giao ước.
Ngày thứ 40 sẽ bắt đầu vận hành.

NGÀY 39

Giao ước trung thành

Người dẫn chuyện

Ông đã chuyển từ đức tin được thừa hưởng sang đức tin do chính mình lựa chọn.
Anh ấy đã đối mặt với lửa.
Anh ta đã đối mặt với những viên đạn.
Anh ấy đã phải đối mặt với sự thất vọng.
Anh ấy đã đối mặt với cám dỗ quay trở lại.
Ông ấy đã bị chất vấn — "Chúng ta đã đi quá xa rồi."
Ông ta được giao nhiệm vụ — "Anh có một nhiệm vụ."
Ông đã khôi phục lại kỷ luật.
Anh ta đứng dưới sự bảo vệ.
Ông vẫn hiện diện trong những không gian bị chia cắt.
Giờ đây, điều còn lại là:
Giao ước.
Không phải cảm xúc.
Không có kinh nghiệm.
Hiệp định.
Trong suốt Kinh Thánh, khi con người bước đi sâu sắc với Chúa, họ đã lập giao ước.
Joshua đã tuyên bố điều đó.
David đã bảo vệ nó.
Daniel canh giữ nó.
Paul đã hoàn thành phần việc dưới đó.
Thỏa thuận kết thúc quá trình đàm phán.

Điểm tựa Kinh Thánh

Cựu Ước

"Rồi Giô-sua lập giao ước với dân chúng trong ngày đó..."
— Giô-sua 24:25
Quyết định có hiệu lực ràng buộc.
Cũng:
"Vậy hãy biết rằng Đức Giê-hô-va, Đức Chúa Trời của ngươi, chính là Đức Chúa Trời, là Đức Chúa Trời trung tín, Đấng giữ giao ước..."
— Phục truyền luật lệ ký 7:9
Chúa luôn tôn trọng giao ước.

Tân Ước

"Chén này là giao ước mới trong huyết Ta..."
— Lu-ca 22:20
Lòng trung thành được củng cố bằng sự hy sinh.
Và:
"Tôi đã chiến đấu trận chiến tốt đẹp, tôi đã hoàn thành cuộc đua, tôi đã giữ vững đức tin."
— 2 Ti-mô-thê 4:7
Giao ước được giữ vững đến cùng.

Bài học

Giao ước không phải là sự nhiệt tình.
Đó là ý định ràng buộc.
Nó trả lời bốn câu hỏi:

1. Tôi thuộc về ai?
2. Tôi nên từ chối những gì?
3. Tôi cam kết điều gì?
4. Tôi sẽ không bao giờ đàm phán lại điều gì?

Nếu không có giao ước, kỷ luật sẽ phai nhạt.
Nếu thiếu giao ước, sức chịu đựng sẽ suy yếu.

Không có giao ước, sự thánh thiện chỉ mang tính thương lượng.
Giao ước xác định danh tính.
Đây không phải là vấn đề về hiệu suất.
Đó là về lòng trung thành đã được định đoạt.
Bạn thuộc một trong hai trường hợp sau:
Đôi khi được cam kết
hoặc được ràng buộc bằng giao ước .
Giao ước vượt qua mọi giông bão.

Tuyên bố Giao ước

Bạn sẽ viết điều này bằng lời văn của riêng mình.
Nhưng đây là khuôn khổ:
"Tôi hoàn toàn thuộc về Chúa Giê-su Ki-tô.
Lòng trung thành của tôi là duy nhất. Tôi từ bỏ sự trung thành chia rẽ. Tôi từ bỏ sự thỏa hiệp ngầm. Tôi chấp nhận sứ mệnh của mình. Tôi cam kết tận hiến có kỷ luật. Tôi cam kết sống thánh thiện. Tôi cam kết kiên trì. Tôi sẽ không quay trở lại lối sống cũ. Tôi lập giao ước này trước mặt Đức Chúa Trời."
Hãy viết nó ra.
Hãy ký vào đó.
Hãy ghi ngày tháng vào đó.
Hãy giữ lấy nó.

Câu hỏi suy ngẫm

1. Đức tin của tôi dựa trên giao ước hay cảm xúc?
2. Tôi còn điều gì chưa được xác định rõ trong cam kết của mình?
3. Lĩnh vực nào vẫn còn đàm phán dưới áp lực?
4. Tôi có hiểu rằng giao ước đi kèm với trách nhiệm giải trình không?
5. Nếu được kiểm chứng công khai, liệu giao ước này có thể đứng vững?

Hãy trả lời một cách tỉnh táo.

Cầu nguyện có cấu trúc (60 phút hôm nay)
1. Thờ phượng (15 phút)
Tôn vinh Đức Chúa Trời là Đấng giữ giao ước.
2. Phần Hỏi đáp (15 phút):
Hãy tìm kiếm sự rõ ràng trong mọi lĩnh vực của cuộc sống.
3. Tuyên bố (15 phút)
Đọc to giao ước của bạn một cách chậm rãi.
4. Niêm phong (15 phút)
Hãy cầu xin Chúa Thánh Thần củng cố quyết tâm của bạn.
Kết thúc bằng:
"Giao ước của ta vẫn còn hiệu lực."

Điểm hành động

1. Hãy viết và ký vào bản giao ước của bạn ngay hôm nay.
2. Hãy loại bỏ ngay lập tức một sự thỏa hiệp.
3. Hãy chia sẻ giao ước của bạn với một tín hữu đáng tin cậy.
4. Thiết lập việc xem xét lại thỏa thuận này hàng tháng.
5. Hãy đọc chậm chương 24 sách Giô-suê và chương 22 sách Lu-ca.

Chúng ta đã đến ngưỡng cửa cuối cùng.
Ngày thứ 40 sẽ không phải là ngày để suy ngẫm.
Nó sẽ được đưa vào vận hành.
Nó sẽ thu thập:

- Ngọn lửa
- Sự bảo tồn
- Phân công
- Kỷ luật
- Sức bền
- Sự thánh thiện
- Giao ước

Và giải phóng bạn tiến về phía trước.

NGÀY 40

Được giao nhiệm vụ trong điều kiện chiến đấu.

Khung truyện

Người cha giơ thanh kiếm lên.
Một người mẹ đã cầu nguyện ngay trong ngôi nhà đó.
Một người anh trai đã bị tấn công và được cứu sống.
Một người con trai đã chứng kiến ngọn lửa từ trời giáng xuống người thầy của mình.
Ông ta đã chứng kiến địa ngục.
Ông ấy đã nhìn thấy thiên đường - thành phố xinh đẹp.
Anh ấy đã sống sót sau khi trúng đạn.
Một vật bằng kim loại đập vào đầu anh ta.
Máu đã chảy.
Người ta cho rằng ông ta đã chết.
Ông ấy đã được bảo quản.
Các vệ sĩ đã canh giữ ông ta.
Tổng thống đã sắp xếp việc sơ tán y tế.
Anh ấy đã được kiểm tra - không phát hiện tổn thương nào.
Anh ta suýt nữa đã quay trở lại.
Ông ấy đã bị chất vấn — "Chúng ta đã đi quá xa rồi."
Ông ta được giao nhiệm vụ — "Anh có một nhiệm vụ."
Ông ấy đã xây dựng kỷ luật.
Ông ấy bác bỏ sự giả tạo.
Anh ấy đã chịu đựng được.
Ông vẫn giữ được sự thánh thiện.
Ông đã lập giao ước.
Giờ đây, điều còn lại là:
Bạn.

Điểm tựa Kinh Thánh

Cựu Ước

"Này, con đây. Xin hãy sai con đi."

— Ê-sai 6:8

Gặp gỡ phải dẫn đến việc gửi đi.

Tân Ước

"Như Cha đã sai Ta, Ta cũng sai các con."

— Giăng 20:21

Bảo tồn trở thành sứ mệnh.

Bài học cuối cùng

Hành trình 40 ngày này không phải để ngưỡng mộ.

Đó là về sự chuyển đổi.

Không phải về kể chuyện.

Nhưng vấn đề là về sự phù hợp.

Ngọn lửa là có thật.

Cuộc đàn áp là có thật.

Sự cám dỗ là có thật.

Việc bảo tồn là có thật.

Nhưng thực tế quan trọng hơn là:

Chúa có thể làm mọi cách vì một cuộc đời hiến dâng trọn vẹn.

Nếu bạn đã chủ động trải qua 40 ngày này:

Bạn không còn giống như trước nữa.

Giờ bạn đã hiểu:

- Lòng trung thành là vấn đề nghiêm túc.
- Sự thánh thiện che chở.
- Kỷ luật là chìa khóa thành công.
- Sức bền rất quan trọng.

- Những dấu ấn của giao ước.
- Nhiệm vụ đòi hỏi hành động.

Bạn không thể hoàn thành hành trình này mà vẫn giữ thái độ hời hợt.

Hoa hồng là khoản bắt buộc.

Đó là hệ quả tất yếu của sự đầu hàng.

Tuyên bố của Ủy ban

Đứng.

Hãy nói điều này thật chậm rãi:

"Tôi được giao nhiệm vụ trong hoàn cảnh đầy khó khăn. Tôi sẽ sống kỷ luật. Tôi sẽ bước đi trong sự thánh thiện. Tôi sẽ kiên trì trung thành. Tôi sẽ giương cao ngọn cờ. Tôi sẽ gây ảnh hưởng một cách chiến lược. Tôi sẽ không quay trở lại. Lòng trung thành của tôi đã được định đoạt. Nhiệm vụ của tôi đang được thực hiện. Hãy phái tôi đi."

Tạm dừng.

Nói lại lần nữa.

Suy ngẫm trước khi phát hành

1. Tôi đã thay đổi như thế nào trong 40 ngày qua?
2. Những nguyên tắc nào phải được giữ nguyên không thể thỏa hiệp?
3. Tôi cần phải thực hiện nhiệm vụ nào ngay lập tức?
4. Tôi cần tác động đến môi trường nào?
5. Nếu sự đàn áp quay trở lại, liệu tôi có chịu đựng được không?

Hãy viết câu trả lời của bạn.

Lời cầu nguyện cuối cùng có cấu trúc (60 phút)

1. Thờ phượng (15 phút)

Tôn vinh Chúa Kitô là Chúa tể cuộc đời bạn.

2. Lòng biết ơn (10 phút)
Cảm ơn Chúa vì đã gìn giữ mình.
3. Dâng hiến (15 phút)
Dâng hiến thân thể, thời gian và nguồn lực của bạn.
4. Cầu nguyện chuyển cầu (10 phút)
Hãy cầu nguyện cho một người được gặp gỡ Chúa Kitô.
5. Nhận nhiệm vụ (10 phút)
Chấp nhận nhiệm vụ được giao bằng lời nói.
Kết thúc bằng:
"Tôi sẽ tiến về phía trước."

Các bước hành động cuối cùng

1. Hãy duy trì cấu trúc 60 phút mỗi ngày.
2. Hãy xem xét lại giao ước của bạn hàng tháng.
3. Hãy gìn giữ sự thánh thiện.
4. Hãy xây dựng những người khác.
5. Hãy chịu trách nhiệm.
6. Rác thải trôi nổi.
7. Kết thúc tốt đẹp.

Phí đóng cửa

Bạn không cần lửa từ trời rơi xuống.
Bạn không cần dùng bằng chứng cụ thể để chứng minh lời kêu gọi đó.
Bạn không cần người hộ tống để xác nhận nhiệm vụ.
Bạn cần:
Lòng trung thành kiên định.
Kỷ luật có hệ thống. Sự thánh thiện bền vững. Sức chịu đựng không lay chuyển.
Thiên đường hân hoan trước một điều.
Hãy trở thành người đó.
Chỉ tiến về phía trước.

TRANG KẾT THÚC

Lời nhắn nhủ cuối cùng dành cho độc giả

Bạn đã trải qua lửa.
Bạn đã thấy:
Cơn thịnh nộ của người cha.
Lời cầu xin thầm lặng của người mẹ. Một người anh trai suýt bị hạ gục. Một người thầy bị cuốn vào sự can thiệp của thiên đường. Một khải tượng về địa ngục. Một thoáng nhìn thấy thành phố vàng của thiên đường. Đạn dược. Máu. Sự bảo tồn. Người hộ tống. Nhiệm vụ. Kỷ luật. Sự thánh thiện. Giao ước.
Nhưng cuốn sách này chưa bao giờ chỉ nói về một người đàn ông.
Đó là vấn đề về lòng trung thành.
Đó là về những gì xảy ra khi sự thật xen vào giữa truyền thống.
Câu chuyện xoay quanh việc những gì còn sót lại sau khi hỏa hoạn xảy ra.
Đó là về những gì còn lại khi sự rút lui thì thầm.
Nếu bạn đã đi đến đây, bạn không còn là người đứng ngoài cuộc nữa.
Bạn phải chịu trách nhiệm về những gì bạn biết hiện tại.
Trời đất như chuyển động vì một người.
Hãy trở thành người đó.
Đừng ngưỡng mộ lòng dũng cảm.
Hãy xây dựng nó.
Đừng học môn kỷ luật.
Hãy luyện tập đi.

Đừng ăn mừng sự thánh thiện.
Hãy theo đuổi nó.
Đừng bàn về giao ước.
Hãy niêm phong nó lại.
Bạn không được kêu gọi sống một cách hời hợt.
Bạn được kêu gọi sống một cách có ý thức.
Chỉ tiến về phía trước.

LỜI KÊU GỌI HÀNH ĐỘNG

Hợp tác vì mùa thu hoạch

Khi khép lại cuốn sách này, chúng tôi mời bạn tiếp tục cuộc hành trình thêm một bước nữa—không chỉ trong cuộc sống của chính bạn, mà còn đến với cuộc sống của vô số người khác trên khắp các quốc gia.

Nếu những thông điệp từ God's Eagle Ministries (GEM) đã củng cố, thức tỉnh hoặc định hướng lại tấm lòng của bạn, chúng tôi khiêm tốn mời bạn cầu nguyện và xem xét **việc hợp tác với chúng tôi vì mùa gặt** . Thế giới đang khao khát lẽ thật, hy vọng và tiếng nói dịu dàng nhưng không thể nhầm lẫn của Chúa Thánh Linh, và cùng nhau chúng ta có thể đưa những thông điệp này đến nơi cần thiết nhất.

Chúng tôi tin rằng truyền thông không chỉ đơn thuần là công nghệ—nó là một **mạng lưới tâm linh** được giăng sâu vào các quốc gia, làng mạc, thành phố và những nơi khuất nẻo. Thông qua phim ảnh, video, phát thanh và truyền giáo kỹ thuật số, GEM đang tiếp cận những người có thể không bao giờ bước chân vào nhà thờ, nhưng tấm lòng họ rộng mở để gặp gỡ Chúa Kitô hằng sống.

Sự hợp tác của bạn giúp chúng tôi:

1. Sản xuất nội dung phim và video tràn đầy cảm hứng. Những câu chuyện và lời dạy chữa lành, truyền cảm hứng và bày tỏ tình yêu của Chúa Giê-su một cách rõ ràng, dễ hiểu và có sức thay đổi cuộc sống.

2. Phát sóng Tin Mừng trên Đài Phát thanh

Mang Lời Chúa đến các nhà tù, bệnh viện, cộng đồng nông thôn và những nơi xa xôi hẻo lánh, nơi mà hy vọng rất hiếm hoi và chân lý vô cùng quý giá.

3. Mở rộng các chiến dịch giảng dạy và môn đệ hóa trên mạng xã hội
Những bài suy niệm, lời cầu nguyện và bài giảng hàng ngày giúp củng cố đức tin, hàn gắn gia đình và trang bị cho các môn đệ trên toàn thế giới.

Vì sao sự ủng hộ của bạn lại quan trọng

Mỗi thông điệp được lan tỏa đều trở thành một hạt giống ánh sáng.
Mỗi lời dạy đều trở thành một làn sóng biến đổi. Mỗi hành động rộng lượng đều trở thành một phần trong mùa gặt toàn cầu của Chúa.
Sự đóng góp của bạn giúp cho mục vụ này tiếp cận những linh hồn mà chúng ta có thể không bao giờ gặp trên trần gian, nhưng chắc chắn sẽ gặp lại trong cõi vĩnh hằng. Không có số tiền cố định—hãy đóng góp tùy theo sự hướng dẫn của Chúa. Mỗi món quà, dù lớn hay nhỏ, đều góp phần vào sự phát triển của Vương quốc Chúa.

Để hợp tác hoặc quyên góp:
PayPal:
https://www.paypal.com/ncp/payment/D6NEFW56KG8LU
Tithe.ly:
https://tithe.ly/give?c=308311

Flutterwave –
https://flutterwave.com/donate/bbkpkokehxlw

Tất cả các kênh quyên góp:
https://www.otakada.org/partnership-giving
Cảm ơn các bạn đã sát cánh cùng chúng tôi.
Cảm ơn các bạn đã góp phần vào mùa gặt. Cảm ơn các bạn đã giúp chúng tôi mang thông điệp của Chúa Kitô đến khắp các quốc gia.
Nguyện xin Chúa ban phước lành dồi dào cho bạn, gia tăng tài lộc phong phú, và nhân bội mọi hạt giống bạn gieo để vinh hiển Ngài.
Trong danh quyền năng của Chúa Giê-su, Amen.

—Đại sứ Thứ Hai O. Ogbe , Zacharias Godseagle ; Tiện nghi Ladi Ogbe,
Người sáng lập, God's Eagle Ministries (GEM)
www.otakada.org

Làm thế nào để được tái sinh và bắt đầu một cuộc sống mới với Chúa Kitô

Có thể bạn đã từng đồng hành cùng Chúa Giê-su trước đây, hoặc có thể bạn chỉ mới gặp Ngài trong 40 ngày này. Nhưng ngay lúc này, điều gì đó bên trong bạn đang trỗi dậy.
Bạn đã sẵn sàng cho nhiều hơn là chỉ tôn giáo.
Bạn đã sẵn sàng cho **một mối quan hệ** .
Bạn đã sẵn sàng để nói, "Chúa Giê-su, con cần Ngài."
Sự thật là thế này:
"Vì ai cũng đã phạm tội; tất cả chúng ta đều thiếu sót so với tiêu chuẩn vinh hiển của Đức Chúa Trời... nhưng Đức Chúa Trời, trong ân điển của Ngài, đã ban cho chúng ta sự công chính trước mặt Ngài."
— Rô-ma 3:23–24 (NLT)
Bạn không thể tự mình giành được sự cứu rỗi.
Bạn không thể tự sửa chữa bản thân. Nhưng Chúa Giê-su đã trả giá trọn vẹn rồi — và Ngài đang chờ đón bạn về nhà.
Làm thế nào để được tái sinh
Được tái sinh nghĩa là dâng hiến cuộc đời mình cho Chúa Giê-su — chấp nhận sự tha thứ của Ngài, tin rằng Ngài đã chết và sống lại, và tiếp nhận Ngài làm Chúa và Đấng Cứu Thế của mình.
Nó đơn giản. Nó mạnh mẽ. Nó thay đổi mọi thứ.
Hãy cầu nguyện điều này thật to:
"Lạy Chúa Giê-su, con tin Ngài là Con Đức Chúa Trời. Con tin Ngài đã chết vì tội lỗi con và sống lại. Con thú nhận con đã phạm tội và con cần sự tha thứ của Ngài. Hôm nay, con ăn năn và từ bỏ lối sống cũ. Con mời Ngài vào đời sống con để làm Chúa và Đấng Cứu Thế

của con. Xin hãy tẩy sạch con. Xin hãy đổ đầy Thánh Linh của Ngài vào con. Con tuyên bố con được tái sinh, được tha thứ và được tự do. Từ ngày hôm nay trở đi, con sẽ bước theo Ngài — và con sẽ sống theo dấu chân của Ngài. Cảm ơn Ngài vì đã cứu con. Trong danh Chúa Giê-su, Amen."

Các bước tiếp theo sau khi được cứu rỗi

1. **Hãy chia sẻ với ai đó** – Hãy nói với quyết định của bạn với một người cùng đức tin mà bạn tin tưởng.
2. **Tìm một Hội Thánh dựa trên Kinh Thánh** – Tham gia cộng đồng giảng dạy Lời Chúa và sống theo Lời Chúa. Truy cập trang web của Hội Thánh God's Eagle qua https://www.otakada.org hoặc https://chat.whatsapp.com/H67spSun32DDTma8TLh0ov
3. **Làm lễ rửa tội** – Hãy tiến thêm một bước nữa để công khai tuyên bố đức tin của bạn.
4. **Hãy đọc Kinh Thánh mỗi ngày** – Bắt đầu với Phúc Âm Giăng.
5. **Hãy cầu nguyện mỗi ngày** – Trò chuyện với Chúa như một người bạn và một người Cha.
6. **Hãy giữ liên lạc** – Hãy ở bên cạnh những người khuyến khích bạn bắt đầu hành trình mới.
7. **Bắt đầu một quá trình môn đệ hóa trong cộng đồng** – Phát triển mối quan hệ cá nhân với Chúa Giê-su Ki-tô thông qua các liên kết này

Khóa học môn đệ 40 ngày phần 1 - https://www.otakada.org/get-free-40-days-online-discipleship-course-in-a-journey-with-jesus/

40 Ngày Học Môn Đệ 2 - https://www.otakada.org/get-free-40-days-dna-of-discipleship-journey-with-jesus-series-2/

Khoảnh khắc được cứu rỗi của tôi

Ngày : ______________________________

Chữ ký : _________________________

"Nếu ai ở trong Đấng Christ, người ấy là một tạo vật mới; những điều cũ đã qua đi, nay đã thay mới!"

— 2 Cô-rinh-tô 5:17

Giấy chứng nhận về đời sống mới trong Chúa Kitô

Tuyên bố về sự cứu rỗi – Được tái sinh bởi ân điển
Điều này xác nhận rằng

____

(Họ và tên đầy đủ)
đã công khai tuyên xưng **đức tin vào Chúa Giê-su Ki-tô** là Chúa và Đấng Cứu Thế, và đã nhận được món quà cứu rỗi miễn phí thông qua sự chết và sự phục sinh của Ngài.
"Nếu bạn công khai tuyên xưng rằng Chúa Giê-su là Chúa và tin trong lòng rằng Đức Chúa Trời đã khiến Ngài sống lại từ cõi chết, thì bạn sẽ được cứu rỗi."
— Rô-ma 10:9 (NLT)
Vào ngày này, thiên đường hân hoan và một hành trình mới bắt đầu.

Ngày ra quyết định : __________________________

Chữ ký : __________________________________

Tuyên ngôn về sự cứu rỗi
"Hôm nay, tôi dâng hiến cuộc đời mình cho Chúa Giê-su Christ.
Tôi tin rằng Ngài đã chết vì tội lỗi tôi và sống lại. Tôi tiếp nhận Ngài làm Chúa và Đấng Cứu Thế của tôi. Tôi được tha thứ, được tái sinh và được làm mới. Từ giây phút này trở đi, tôi sẽ bước đi theo dấu chân Ngài."
Chào mừng bạn đến với gia đình của Chúa!
Tên bạn được ghi trong Sách Sự Sống của Chiên Con.
Câu chuyện của bạn chỉ mới bắt đầu — và nó sẽ trường tồn mãi mãi.

KẾT NỐI VỚI MỤC VỤ ĐẠI BÀNG CỦA CHÚA

- Trang web: www.otakada.org
- Bộ sách "Sự giàu có vượt qua mọi lo lắng": www.wealthbeyondworryseries.com
- Email: ambassador@otakada.org

- **Hãy ủng hộ công việc này:**

Hãy ủng hộ các dự án, sứ mệnh của vương quốc và các nguồn tài nguyên toàn cầu miễn phí thông qua việc dâng hiến theo giao ước.

Quét mã QR để quyên góp

: https://tithe.ly/give?c=308311

Sự hào phóng của quý vị giúp chúng tôi tiếp cận được nhiều người hơn, dịch thuật tài liệu, hỗ trợ các nhà truyền giáo và xây dựng hệ thống môn đệ hóa trên toàn cầu. Xin cảm ơn!

Tiểu sử tác giả

Thông tin về Tác giả - Tiên tri Tiến sĩ Isa El- Buba Sadiq

Tiên tri Tiến sĩ Isa El- Buba Sadiq là người sáng lập và lãnh đạo của Bộ Tiếp cận Kinh thánh Phúc âm Quốc tế (EBOMI), có trụ sở chính tại Jos, Bang Plateau, Nigeria. Từng được đào tạo bài bản trong môi trường Hồi giáo cực đoan, cuộc đời ông đã thay đổi hoàn toàn sau những trải nghiệm thiêng liêng định hướng lại lòng trung thành và sứ mệnh của mình.

Ngày nay, thông qua EBOMI (www.ebomi.org), ông huy động và trang bị cho các tín đồ để sống một cách tận tâm, thánh thiện và có trách nhiệm tiên tri như những người canh giữ trong thế hệ của họ.

Tác động của mục vụ này vượt ra ngoài phạm vi nhà thờ. Thông qua các sáng kiến tiếp cận cộng đồng, các chương trình giáo dục, nâng cao năng lực nông nghiệp và chăm sóc người nghèo và người cần giúp đỡ — nhiều người trong số họ vẫn theo đạo Hồi — công việc này phản ánh sự phục vụ xuất phát từ niềm tin mà không hề có sự thù địch.

Bất chấp sự đàn áp, các âm mưu ám sát và những lời đe dọa, ông vẫn tiếp tục nâng cao các chuẩn mực tâm linh đồng thời xây dựng cầu nối giữa các cộng đồng bị chia rẽ — kể cả trong chính gia đình mình.

Ông vẫn kiên định với việc khôi phục các di tích cổ, tăng cường lực lượng canh gác và kêu gọi các tín đồ sống theo đạo Cơ đốc có kỷ luật trong thời đại đầy rẫy những thỏa hiệp.

Dành cho những ai muốn tham gia

của Tổ chức Truyền giáo Kinh thánh Tin Lành Quốc tế (EBOMI)

: Số 1, đường Kashim Ibrahim, Jos, bang Plateau, Nigeria
Email: ebomiglobal@gmail.com Điện thoại: 08082538837
Thông tin chi tiết và các kênh tham gia được công khai trên trang web chính thức của Bộ.
Ủy ban tự giới thiệu trước công chúng như sau:
"Một tổ chức truyền giáo cấp tiến, mang tính tiên tri và có thẩm quyền, cam kết truyền bá Phúc Âm và biến đổi cuộc sống."

Zacharias Godseagle

Tác giả • Giáo viên • Nhà lãnh đạo có tầm nhìn

Zacharias Godseagle là một người giảng dạy Lời Chúa đầy nhiệt huyết và là một tiếng nói sáng suốt cho Thân Thể Chúa Kitô. Mang trong mình ân điển đặc biệt về sự hiểu biết thuộc linh, Zacharias phục vụ với sự rõ ràng, chiều sâu tiên tri và một khát khao cháy bỏng muốn thấy các tín hữu bước đi trong sự thanh khiết, thánh thiện và sự đầu phục đích thực cho Chúa Kitô.

Là một cộng tác viên trong công việc của Hội thánh God's Eagle Ministries (GEM), ông đóng vai trò quan trọng trong việc định hình nội dung môn đệ hóa, sự hiểu biết Kinh Thánh và hoạt động truyền giáo dựa trên phương tiện truyền thông, tác động đến cuộc sống của mọi người trên cả không gian kỹ thuật số và thế giới thực. Các bài viết của ông tập trung vào sự biến đổi nội tâm, sự vâng phục và sự phục hồi vị trí của Chúa Kitô trong lòng người tin.

Zacharias được thúc đẩy bởi một niềm tin đơn giản: **khi trái tim hướng về một phía, số phận sẽ hướng về phía đó.** Anh ấy tiếp tục tiếp cận khán giả trên toàn cầu thông qua việc giảng dạy, hướng dẫn và các dự án sáng tạo tràn đầy cảm hứng tâm linh.

Đại sứ Monday O. Ogbe

Tác giả • Nhà truyền giáo • Người sáng lập, Tổ chức Mục vụ Đại Bàng của Chúa (GEM)
Đại sứ Monday Oreojo Ogwuojo Ogbe là người sáng lập **God's Eagle Ministries (GEM)** — một tổ chức truyền giáo toàn cầu với sứ mệnh "kết nối mọi người với Chúa thông qua Lời Ngài". Nổi tiếng với niềm đam mê mãnh liệt dành cho lẽ thật, khả năng kể chuyện giàu cảm xúc và những lời giảng dạy mang tính tiên tri, ông phục vụ khắp các quốc gia thông qua viết lách, podcasting, làm phim, truyền giáo kỹ thuật số và đào tạo môn đồ.
Với kinh nghiệm trong lĩnh vực lãnh đạo, truyền thông và truyền giáo, Đại sứ Monday mang trong mình ơn phước đa văn hóa vang vọng từ châu Phi đến châu Á, châu Mỹ, châu Âu và Trung Đông. Những lời giảng dạy của ông đề cập đến những cuộc đấu tranh thầm kín trong lòng người tin Chúa—lòng tham lam, những đấu tranh về bản sắc, sự tự mãn về mặt tâm linh và sự xói mòn âm thầm mối quan hệ mật thiết với Đức Chúa Trời.
Ông là tác giả của nhiều bài suy niệm, bộ sách và các bài giảng đa phương tiện tiếp cận hàng triệu người thông qua otakada.org và các nền tảng kỹ thuật số của GEM.
Thông điệp sống của ông rất đơn giản nhưng sâu sắc:
"Khi Chúa Kitô ngự ở trung tâm, mọi thứ khác sẽ được đặt đúng vị trí của nó."

Comfort Lady Ogbe

Tác giả • Người cầu thay • Cộng tác viên trong công tác mục vụ

Comfort Lady Ogbe là một nhà văn, người cầu nguyện và cộng tác viên trong sứ mệnh của Vương quốc Chúa tại Hội thánh God's Eagle Ministries. Được trời phú cho lòng thương xót, sự sáng suốt và tinh thần chăm sóc, bà mang đến chiều sâu cảm xúc và nền tảng tâm linh cho mọi dự án mà bà tham gia.

Những đóng góp của bà—thường là thầm lặng—mang đậm hương vị của sự khiêm nhường, trí tuệ và sự chữa lành. Bà an ủi mọi người thông qua tư vấn, cầu nguyện, dạy dỗ và hợp tác sáng tạo, đặc biệt là trong những công việc nhấn mạnh vào việc phục hồi gia đình, trưởng thành tâm linh và biến đổi tâm hồn.

Với tư cách là một tác giả, bà viết dựa trên kinh nghiệm sống và niềm tin tâm linh, mang đến cho độc giả sự sáng suốt, an ủi và khích lệ để theo đuổi sự trọn vẹn trong Chúa Kitô.

Comfort cam kết giúp các tín đồ trải nghiệm Chúa không chỉ qua tri thức, mà còn trong cuộc sống hằng ngày—nơi trái tim học cách tin tưởng, phó thác và phát triển.

Trang tác giả:
https://www.amazon.com/stores/Zacharias-Godseagle/author/B0FCZ89D4K

PHỤ LỤC

Phụ lục A

Mô hình cầu nguyện chiến lược 60 phút

Mô hình này cần được thực hành hàng ngày, chứ không phải thỉnh thoảng.

30 phút — Thờ phượng

Hãy tập trung duy nhất vào bản chất của Đức Chúa Trời:

- Đức thánh
- Quyền tối cao của Ngài
- lòng thương xót của Ngài
- Công lý của Ngài
- Quyền hạn của ông ấy
- Lòng trung thành của Ngài

Không yêu cầu.
Không thỉnh cầu. Chỉ có sự tôn kính.

10 phút — Tuyên bố chủ quyền của Ngài

Hãy tuyên bố bằng lời nói:

- Chúa là người dẫn dắt cuộc đời tôi.
- Chúa là người cai quản gia đình tôi.
- Chúa là người dẫn dắt sứ mệnh của tôi.
- Chúa Trời cai quản thế giới của tôi.
- Chúa Trời cai quản đất nước tôi.

Quyền lực được củng cố thông qua tuyên bố.

10 phút — Sự ăn năn

Nghiên cứu:

- Thái độ

- Lời nói
- Động cơ
- sự thỏa hiệp ngầm
- Sự lười biếng về mặt tinh thần

Hãy thú nhận cụ thể.

10 phút — Các sắc lệnh phù hợp với Vương quốc

Tuyên bố sự phù hợp dựa trên Kinh Thánh:

- Tôi sống một đời sống thánh thiện.
- Tôi sống có kỷ luật.
- Tôi kiên trì chịu đựng.
- Tôi hoàn thành nhiệm vụ được giao.
- Tôi từ chối rút lui.

Đừng ban hành luật lệ dựa trên tham vọng ích kỷ.
Hãy sống theo Kinh Thánh.

Phụ lục B

Hướng dẫn thiết lập lại kỷ luật trong 7 ngày

Trong bảy ngày liên tiếp:

1. Mỗi ngày dành một giờ cầu nguyện có kế hoạch, không bị gián đoạn.
2. Hãy đọc trọn vẹn một cuốn Phúc Âm.
3. Kiểm tra tính toàn vẹn hàng đêm.
4. Không buôn chuyện, phàn nàn, phóng đại.
5. Ít nhất một lần nhịn ăn có chủ đích.
6. Giảm nhiễu kỹ thuật số.
7. Kiểm tra tiến độ hàng ngày.

Bảy ngày giúp phục hồi độ nhạy cảm.

Phụ lục C

Mẫu Bản Cam Kết Lòng Trung Thành Cá Nhân

Hãy viết điều này bằng chữ viết tay của bạn.

GIAO ƯỚC TRUNG THÀNH CÁ NHÂN

Tôi, ______________________________,
xin tuyên bố lòng trung thành tuyệt đối và duy nhất của mình đối với Chúa Giê-su Ki-tô.
Tôi từ bỏ lòng trung thành chia rẽ.
Tôi bác bỏ sự thỏa hiệp ngầm. Tôi cam kết sống thánh thiện trong đời sống riêng tư và công cộng. Tôi cam kết cầu nguyện có kỷ luật. Tôi cam kết trung thành bền bỉ. Tôi chấp nhận sứ mệnh thiêng liêng của mình. Tôi từ chối rút lui.
Tôi lập giao ước này trước mặt Đức Chúa Trời.
Chữ ký: ___________________________
Ngày: ____________________________

LỜI CHÚC PHƯỚC MỤC VỤ CUỐI CÙNG

Nguyện cho lòng trung thành của bạn vững vàng.
Nguyện cho kỷ luật của bạn luôn nhất quán. Nguyện cho sự thánh thiện của bạn bảo vệ tương lai. Nguyện cho sức chịu đựng của bạn vượt qua mọi thử thách. Nguyện cho nhiệm vụ của bạn được hoàn thành. Nguyện cho không viên đạn nào, không sự phản bội nào, không sự thất vọng nào, không sự giả dối nào, và không lời thì thầm nào về việc quay trở lại có thể kéo bạn lùi bước.
Chúc bạn hoàn thành cuộc đua.
Nguyện cho thiên đường hân hoan chào đón bạn.
Chỉ tiến về phía trước.

SÁCH VÀ TÀI LIỆU THAM KHẢO ĐƯỢC KHUYẾN NGHỊ

CS Lewis (1898-1963) - Đạo Cơ Đốc thuần túy, sống trọn vẹn: Từ một tâm trí miễn cưỡng đến một cuộc đời được biến đổi (Những bức thư sống động - Chuỗi bài suy niệm 40 ngày | Tập 2)

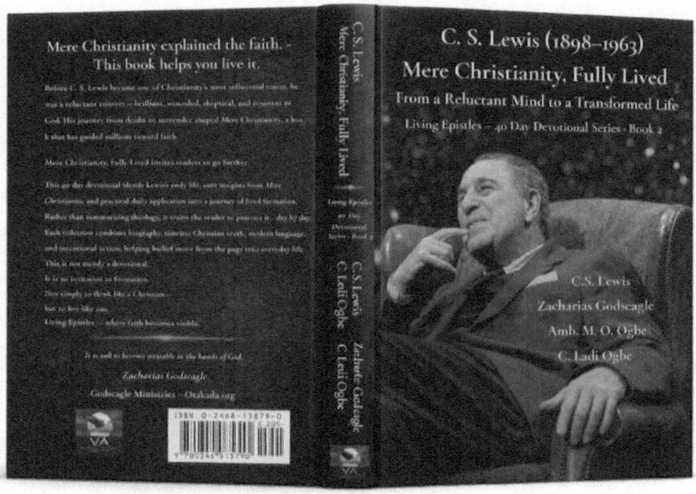

Sách điện tử

https://www.amazon.com/Lewis-1898-1963-Mere-Christianity-Fully-ebook/dp/B0GKQ27F9N

Sách bìa mềm
https://www.amazon.com/Lewis-1898-1963-Mere-Christianity-Fully/dp/B0GM8YMXC3

Bìa cứng

https://www.amazon.com/Lewis-1898-1963-Mere-Christianity-Fully/dp/B0GM8WHXJL

THÁNH AUGUSTINE THÀNH HIPPO (354–430 SAU CÔNG NGUYÊN)
Từ một trái tim không ngừng tìm tòi đến một cuộc đời được ghi chép lại - Những bức thư sống động - Chuỗi bài suy niệm 40 ngày - Phần 1

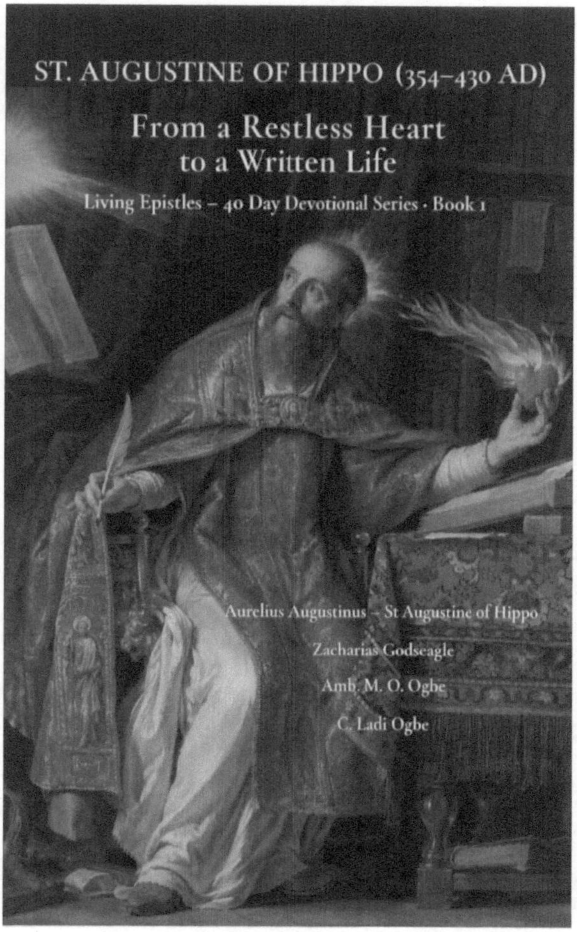

sách điện tử trên Amazon -
https://www.amazon.com/ST-AUGUSTINE-HIPPO-354-430-Devotional-ebook/dp/B0GJN8N9XS

Link đặt mua sách bìa mềm trên Amazon -
https://www.amazon.com/St-Augustine-Hippo-354-430-Devotional/dp/B0GJWTVLR6

Ingramspark -
**https://shop.ingramspark.com/b/084?params=BZOO
W3dj93aGEtBL2Fv1VY8wV1OQvA10dtZRDgk7Z9Z**

QUÉT TÔI

GIA HẠN 7
Chữa lành trái tim ngôi nhà bạn trong 7 ngày: Chuỗi bài giảng về sự đổi mới – Phiên bản về sự đoàn kết gia đình.

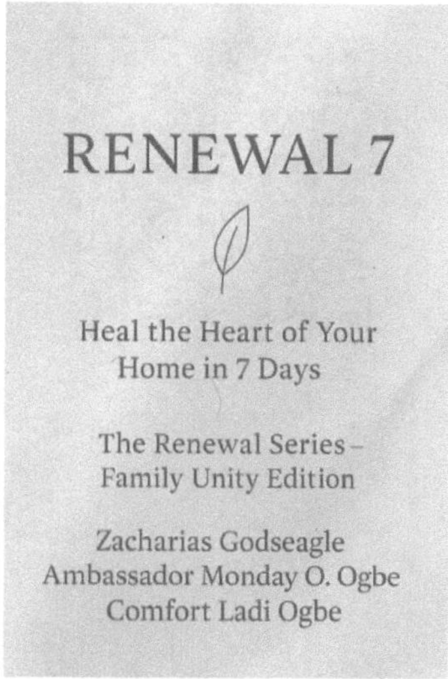

Link đến sách bản bìa mềm -
https://shop.ingramspark.com/b/084?params=htyfL002e1JzyEpZWkKtaXWF5FJ1jZFOjgiQKEfcbnw

Link đến trang Amazon phiên bản bìa mềm -
https://www.amazon.com/RENEWAL-Heal-Heart-Your-Renewal/dp/B0GD92153W

Link đến sách điện tử trên Amazon –

https://www.amazon.com/RENEWAL-Heal-Heart-Your-Renewal-ebook/dp/B0G91BMFND

QUÉT TÔI –

Phục Hưng 7: Chữa Lành Trái Tim Ngôi Nhà Bạn
Trong 7 Ngày
Bộ sách Đổi mới - Ấn bản về Sự đoàn kết gia đình

Link đến sách bìa mềm -
https://shop.ingramspark.com/b/084?params=nSEELv9oUsItOu5akVZlg4ycGbbmvlBOtSiqeOZr5yQ

Link đến sách bìa mềm trên Amazon -
https://www.amazon.com/RENEWAL-MARRIAGE-Heart-Marriage-Renewal/dp/B0GDC1YZJ7

Link đến sách điện tử trên Amazon -
https://www.amazon.com/RENEWAL-MARRIAGE-Heart-Marriage-Renewal-ebook/dp/B0G6JXJWJL

Ngai vàng của trái tim – 12 trận chiến chúng ta phải thắng

Sách điện tử Amazon -
https://www.amazon.com/THRONE-HEART-COVETOUSNESS-Counterfeit-CONTENTMENT-ebook/dp/B0G4SPFRY7

Sách bìa mềm trên Amazon -
https://www.amazon.com/THRONE-HEART-COVETOUSNESS-Counterfeit-CONTENTMENT/dp/B0G4TKW1ND

Sách bìa mềm từ Ingramspark -
https://shop.ingramspark.com/b/084?params=a75LJXtvvI63VnzeQPleQTkAJWfu8CPQV6l5Oe31D80

4 bài giảng trong 1 của Zacharias Godseagle kèm link âm thanh –

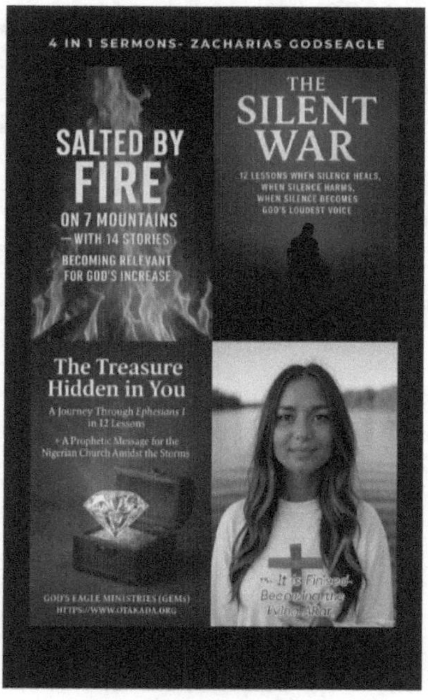

tải sách điện tử trên Amazon - https://www.amazon.com/Sermons-Zacharias-Godseagle-Audio-links-ebook/dp/B0G4XCH4TW

Sách bìa mềm trên Amazon - https://www.amazon.com/Sermons-Zacharias-Godseagle-Audio-links/dp/B0G4TK4XGT

Link mua sách bìa mềm Ingram Spark - https://shop.ingramspark.com/b/084?params=nK2JERskkbhdAOSNseTUNRhaCFqUPZuhB4uYfqrXvGb

MÃ SỐ HÀNH HƯƠNG: Trí tuệ nhân tạo thức tỉnh

Sách điện tử - https://www.amazon.com/Logos-Protocol-Awakening-artificial-intelligence-ebook/dp/B0FXNQFSWZ

Sách bìa mềm - https://www.amazon.com/Logos-Protocol-Awakening-artificial-intelligence/dp/B0FXNGR66D

Sách bìa cứng - https://www.amazon.com/Logos-Protocol-Awakening-artificial-intelligence/dp/B0FZNTQR6Y

Sách bìa mềm Ingramspark - https://shop.ingramspark.com/b/084?params=QkK4aNYTYO9U5z9uOkdHgc7Ue1eGDLqbb1tz9WRPaSk

Vì sao sự giải thoát thất bại - và làm thế nào ngọn lửa của Chúa phục hồi tâm hồn: 40 lời tuyên bố hàng ngày để được giải thoát toàn diện

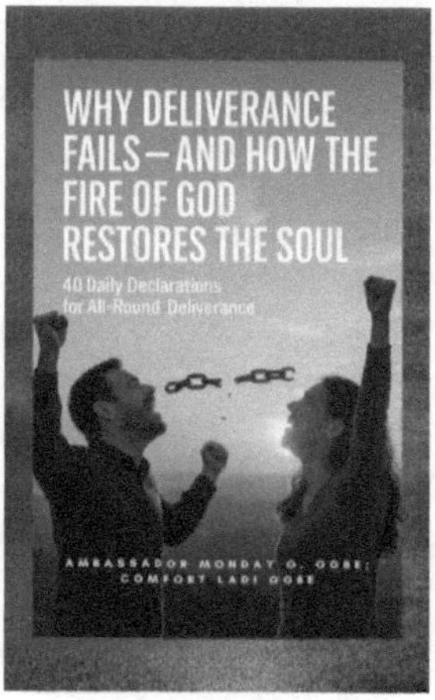

Sách điện tử - https://www.amazon.com/Why-Deliverance-Fails-Declarations-All-Round-ebook/dp/B0FW74L4G4

Sách bìa mềm - https://www.amazon.com/Why-Deliverance-Fails-Declarations-All-Round/dp/B0FWB3LXRM

Được cứu rỗi nhưng vẫn lạc lối – Người cải đạo không theo đạo – được dịch sang 25 ngôn ngữ.

Sách bìa mềm
https://shop.ingramspark.com/b/084?params=iYNB6S3PLMfREpm0jMM15bMe3BvWlkjcYyLYnHVGAds
Sách điện tử - https://www.amazon.com/SAVED-BUT-LOST-UNDISCIPLED-heartbreak-ebook/dp/B0FVJ29DF7

7 NGÀY CHIẾN TRANH VÀ PHỤC HỒI TINH THẦN - Đây là Phần 1

Trói buộc kẻ thù, đáp trả bảy lần bằng những mũi tên sắc nhọn, và khôi phục lại vận mệnh của bạn.

https://shop.ingramspark.com/b/084?params=8mPzqUl73Ex7uPyeO7ydyt8EGkkB6u2gX1jZvWU8j1C

Link sách điện tử - https://www.amazon.com/DAYS-SPIRITUAL-WARFARE-RECOVERY-Returning-ebook/dp/B0FMPJM5KZ

7 NGÀY CHIẾN TRANH VÀ PHỤC HỒI TÂM LINH - Phần 2 - Củng cố chiến thắng, phá tan tà ác trong gia đình và bảo vệ vận mệnh đã được phục hồi của bạn

Sách bìa mềm - https://shop.ingramspark.com/b/084?params=LkpNmGSsApHhWhiSO7bW3wFmcXQKIO4ZEBeSbP5rL1S

Sách điện tử - https://www.amazon.com/DAYS-SPIRITUAL-WARFARE-RECOVERY-Wickedness-ebook/dp/B0FR9YCMY8

TỪ BÓNG TỐI ĐẾN SỰ THỐNG TRỊ: 40 Ngày để Thoát Khỏi Sự Kiềm Chế Bí Ẩn của Bóng Tối

–

Một sự tận hiến toàn cầu về nhận thức, giải thoát và sức mạnh - Dành cho các cá nhân, gia đình và quốc gia sẵn sàng được tự do.

Sách bìa mềm

https://shop.ingramspark.com/b/084?params=aVgp21QfwJxNANkfMxIQ0yejuFCVY12KFr978SRkZUD

Link Amazon -

https://www.amazon.com/DARKNESS-DOMINION-Devotional-Awareness-Deliverance-ebook/dp/B0FLDH2Y67

- *Được giải thoát khỏi quyền lực bóng tối* **(Sách bìa mềm)** — Mua tại đây | Sách điện tử trên Amazon

  - **Những đánh giá hàng đầu từ Hoa Kỳ:**
    - **Khách hàng Kindle** : "Cuốn sách Cơ Đốc hay nhất từ trước đến nay!" (5 sao)

Cảm ơn Chúa Giê-su vì lời chứng này. Tôi đã được ban phước rất nhiều và khuyên mọi người nên đọc cuốn sách này... Vì tiền công của tội lỗi là sự chết, nhưng ân tứ của Đức Chúa Trời là sự sống đời đời. Shalom! Shalom!

- **Da Gster** : "Đây là một cuốn sách rất thú vị và khá kỳ lạ." (5 sao)

Nếu những gì được nói trong cuốn sách là đúng thì chúng ta thực sự đang tụt hậu rất xa so với khả năng của kẻ thù! ... Một cuốn sách không thể thiếu đối với bất cứ ai muốn tìm hiểu về chiến tranh tâm linh.

- **Visa** : "Tôi rất thích cuốn sách này" (5 sao)

Đây quả là một điều bất ngờ... một lời thú nhận chân thật... Gần đây tôi đã tìm kiếm khắp nơi để mua nó. Thật vui mừng khi tìm được nó trên Amazon.

- **FrankJM** : "Khá khác biệt" (4 sao)

Cuốn sách này nhắc nhở tôi về sự khốc liệt của cuộc chiến tâm linh. Nó cũng giúp tôi nhớ lại lý do tại sao cần phải mặc "Toàn bộ áo giáp của Đức Chúa Trời".

- **JenJen** : "Ai muốn lên Thiên đường thì hãy đọc cuốn này!" (5 sao)

Cuốn sách này đã thay đổi cuộc đời tôi rất nhiều. Cùng với lời chứng của John Ramirez, nó sẽ giúp bạn nhìn nhận đức tin của mình theo một cách khác. Tôi đã đọc nó 6 lần rồi!

- *Cựu tín đồ Satan: Cuộc trao đổi với James* (Sách bìa mềm) — Mua tại đây | Sách điện tử trên Amazon

- ***LỜI CHỨNG CỦA MỘT CỰU THỜ QUỶ SATAN NGƯỜI CHÂU PHI*** - *Mục sư JONAS LUKUNTU MPALA* (Sách bìa mềm) — Mua tại đây | Sách điện tử trên Amazon

- *Những Chiến Công Vĩ Đại Tập 14* (Sách bìa mềm) — Mua tại đây | Sách điện tử trên Amazon

- *"Out of the Devil's Cauldron"* của John Ramirez — Hiện có bán trên Amazon.
- *Ngài Đến Để Giải Phóng Những Người Bị Tù Tù* - Tác giả: Rebecca Brown — Tìm mua trên Amazon

Các sách khác do tác giả xuất bản – Hơn 1000 đầu sách

Được yêu thương, được lựa chọn và được trọn vẹn : Hành trình 30 ngày từ bị từ chối đến **được phục hồi,** được dịch ra 40 ngôn ngữ trên thế giới.

https://www.amazon.com/Loved-Chosen-Whole-Rejection-Restoration-ebook/dp/B0F9VSD8WL

https://shop.ingramspark.com/b/084?params=xga0WR16muFUwCoeMUBHQ6HwYjddLGpugQHb3DVa5hE

Theo bước chân Ngài — Thử thách 40 ngày WWJD: Sống theo gương Chúa Giê-su qua những câu chuyện có thật trên khắp thế giới

https://www.amazon.com/His-Steps-Challenge-Real-Life-Stories-ebook/dp/B0FCYTL5MG

https://shop.ingramspark.com/b/084?params=DuNTWS59IbkvSKtGFbCbEFdv3Zg0FaITUEvlK49yLzB

CHÚA GIÊ-SU Ở CỬA:
40 Câu Chuyện Đau Lòng và Lời Cảnh Báo Cuối Cùng Từ Thiên Đường Dành Cho Các Giáo Hội NGÀY NAY
https://www.amazon.com/dp/B0FDX31L9F

https://shop.ingramspark.com/b/084?params=TpdA5j8WPvw83glJ12N1B3nf8LQte2a1lIEy32bHcGg

ĐỜI SỐNG GIAO ƯỚC: 40 Ngày Sống Trong Phước Lành của Phục Truyền Luật Lệ Ký 28

- https://www.amazon.com/dp/B0FFJCLDB5

Những câu chuyện từ người thật, sự vâng lời thực sự và sự thật.

https://shop.ingramspark.com/b/084?params=bH3pzfz1zdCOLpbs7tZYJNYgGcYfU32VMz3J3a4e2Qt

Phiên dịch sang hơn 20 ngôn ngữ

HIỂU VỀ CÔ ẤY VÀ HIỂU VỀ ANH ẤY:
40 ngày hướng đến sự chữa lành, thấu hiểu và tình yêu bền lâu

https://www.amazon.com/KNOWING-HER-HIM-Healing-Understanding-ebook/dp/B0FGC4V3D9

https://shop.ingramspark.com/b/084?params=vC6KCLoI7Nnum24BVmBtSme9i6k59p3oynaZOY4B9Rd

HOÀN THÀNH, KHÔNG CẠNH TRANH:
Hành trình 40 ngày hướng đến mục đích, sự đoàn kết và hợp tác

https://shop.ingramspark.com/b/084?params=5E4v1tHgeTqOOuEtfTYUzZDzLyXLee30cqYo0Ov9941

https://www.amazon.com/COMPLETE-NOT-COMPETE-Journey-Collaboration-ebook/dp/B0FGGL1XSQ/

MÃ SỐ SỨC KHỎE THIÊNG LIÊNG - 40 Chìa Khóa Hàng Ngày để Kích Hoạt Sự Chữa Lành Thông Qua Lời Chúa và Sự Sáng Tạo. Khám Phá Sức Mạnh Chữa Lành của Thực Vật, Cầu Nguyện và Hành Động Tiên Tri.

https://shop.ingramspark.com/b/084?params=xkZMrYcEHnrJDhe1wuHHYixZDViiArCeJ6PbNMTbTux

https://www.amazon.com/dp/B0FHJT42TK

Bạn có thể tìm thấy các cuốn sách khác trên trang tác giả tai https://www.amazon.com/stores/Ambassador-Monday-O.-Ogbe/author/B07MSBPFNX

www.ingramcontent.com/pod-product-compliance
Lightning Source LLC
LaVergne TN
LVHW040417051026
849517LV00002B/347
* 9 7 9 8 2 9 5 6 5 5 8 4 5 *